# ANG PANGHULI INSEKTO AKLAT NG LUTUIN

Paggalugad sa Sustainable at Masarap na Mundo ng Entomophagy na may 100 Madaling sundin, recipe na batay sa insekto sa buong kulay na Larawan

Amparo Diaz

Copyright Material ©2023

Lahat ng Karapatan ay Nakalaan

Kung walang wastong nakasulat na pahintulot ng publisher at may-ari ng copyright, ang aklat na ito ay hindi maaaring gamitin o ipamahagi sa anumang paraan, hugis, o anyo, maliban sa mga maikling sipi na ginamit sa isang pagsusuri. Ang aklat na ito ay hindi dapat ituring na kapalit ng medikal, legal, o iba pang propesyonal na payo.

# TALAAN NG MGA NILALAMAN

**TALAAN NG MGA NILALAMAN** — 3
**PANIMULA** — 8
**MGA CRICKET** — 10
  1. Mga Cricket Kebab — 11
  2. Cricket Caesar Salad — 13
  3. Cricket & Cream Cheese Wraps — 15
  4. Pest-O Pizza — 17
  5. Chocolate Cricket Flour Brownie — 19
  6. Ground Cricket Loaf — 22
  7. Bahay kuliglig at petsa — 24
  8. Inihaw na bahay kuliglig meryenda — 26
  9. All-Purpose Cricket Flour — 28
  10. Chocolate Espresso Banana Bread — 30
  11. Banana Pancake na may Cricket Protein — 32
  12. Mini Lemon at Valencia Orange Raspberry Scones — 34
  13. Pineapple Raspberry Smoothie — 37
  14. Mango Cricket Protein Smoothie — 39
  15. Avocado Protein Smoothie — 41
  16. Cranberry Mango Smoothie na may Cricket Protein — 43
  17. Cricket Dragon Smoothie — 45
  18. Pomegranate Cashew Green Salad — 47
  19. Lemon Dressing — 49

| | |
|---|---|
| 20. Pagbibihis ng Mustasa | 51 |
| 21. Alfredo Sauce | 53 |
| 22. Nagluto ng Broccoli si Alfredo | 55 |
| 23. Sour Cream Cricket Cheesy Dip | 57 |
| 24. Spicy Baked Peppers | 59 |
| 25. Cricket Stuffed Snow Peas | 61 |
| 26. Bacon Creamed Chicken | 63 |
| 27. Cricket Meat Tacos | 65 |
| 28. Cricket Pizza | 67 |
| 29. Cricket Flour Vanilla Brownies | 69 |
| 30. Triple Layer Brownies | 71 |
| 31. Hazelnut Liquor Cake | 74 |
| 32. Hazelnut Liquor Glaze | 76 |
| 33. Dobleng Chocolate Cricket Crispies | 78 |
| 34. Dark Molasses Ginger Snap Cookies | 80 |
| 35. Peanut Butter Chocolate Chip Cookies | 82 |
| 36. Tinapay ng niyog | 84 |
| 37. Mga Pancake ng Chia Spinach | 86 |
| 38. Mga Sariwang Berry Muffin | 88 |
| 39. Broccoli Nuggets | 90 |
| 40. Malusog na Waffles | 92 |
| 41. Cheese Almond Pancake | 94 |
| 42. Pumpkin Muffins | 96 |
| 43. Beef-Chicken Meatball Casserole | 98 |

| | |
|---|---|
| 44. Pritong Alimango | 101 |
| 45. Chicken at Turkey Meatloaf | 103 |
| 46. Chicken Coconut Poppers | 106 |
| 47. Rosemary Scent Cauliflower Bundle | 108 |
| 48. Pumpkin Balls | 110 |
| 49. Burger ng kuliglig | 112 |
| 50. Mga kuliglig na may chermoula butter | 115 |

**BALANG AT TULONG** — 117

| | |
|---|---|
| 51. Sweet Chilli Locusts | 118 |
| 52. Locust Stir Fry | 120 |
| 53. Dry-roasted grasshoppers | 122 |
| 54. Tipaklong meryenda / side dish | 124 |

**CICADAS** — 126

| | |
|---|---|
| 55. Spicy Popcorn Cicadas | 127 |
| 56. Tempura Cicada kasama si Sriracha Aioli | 130 |
| 57. Cicada Cookies | 133 |

**MGA MEALWORMS** — 135

| | |
|---|---|
| 58. Pigeon Tikka Masala With Mealworm Pilau | 136 |
| 59. Insect Flour Fruit Smoothie | 139 |
| 60. Mealworm Muffins | 141 |
| 61. Blueberry Mealworm Muffins | 144 |
| 62. Chocolate Brownie Surprise | 146 |
| 63. Chocolate Mealworm Cookies | 148 |
| 64. Crunchy MealWorm Cheesecake | 150 |

| | |
|---|---|
| 65. Mealworm Lentil Salad | 152 |
| 66. Mga Micro-Livestock Mini-Pizza | 154 |
| 67. Mealworm soba salad | 156 |
| 68. Spicy Mealworm Mac N' Cheese | 158 |
| 69. Choco worm truffles | 160 |
| **LUMILIpad na anay** | **162** |
| 70. Flying Termite At Taro Delight | 163 |
| 71. Choc Chip Swarmer Pancake | 165 |
| 72. Termite Burger Patties | 167 |
| 73. anay sa butas | 169 |
| 74. Sinigang anay | 172 |
| 75. Savor Termite at Egg Roulade | 174 |
| 76. Nagkalat ang anay | 176 |
| 77. Meryenda o side dish ng anay | 178 |
| 78. Berry Shake | 180 |
| 79. Peanut Butter Shake | 182 |
| 80. Banana Almond Smoothie | 184 |
| 81. Cherry Almond Shake | 186 |
| 82. Honey Banana Shake | 188 |
| 83. Carrot Cake Shake | 190 |
| 84. Key Lime Pie Shake | 192 |
| 85. Peach Oatmeal Shake | 194 |
| 86. Vanilla Chai Shake | 196 |
| 87. Apple Pie a la Mode Shake | 198 |

88. Cinnamon Roll Shake — 200

89. Hawaiian Sunrise Shake — 202

90. Snickerdoodles Shake — 204

91. Chocolate Chip Cookie Shake — 206

## MOPANE worm — 208

92. Mopane Worm Scones — 209

93. Mopane Worm Samosa — 212

94. Mopane Worm Balls — 216

## CHAFER BEETLES — 219

95. Chafer Beetle Cupcake — 220

96. Chafer Beetle Fritters — 223

## MABAHO NA MGA BUGS — 225

97. Mabahong Bug Ginger Nuggets — 226

98. Minty Stinkbug Cookies — 229

99. Nakakain na Sstink Bug at Beans — 231

100. Mushroom Salad na May Nakakain na Insekto — 233

## KONGKLUSYON — 235

# PANIMULA

Maligayang pagdating sa THE ULTIMATE INSECT COOKBOOK, isang Aklat ng lutuin na nangangailangan ng kakaiba at kapana-panabik na diskarte sa napapanatiling at masarap na pagkain. Sa Aklat ng lutuin na ito, ginalugad namin ang mundo ng entomophagy, ang kasanayan sa pagkain ng mga insekto, at nag-aalok ng 100 katakam-takam na recipe na nagtatampok ng iba't ibang mga insekto. Ang bawat recipe ay may kasamang madaling sundin na mga tagubilin at isang full-color na litrato, para makita mo nang eksakto kung ano ang iyong nililikha.

Bagama't maraming tao ang maaaring mag-alinlangan tungkol sa pagkonsumo ng mga insekto, sila ay isang hindi kapani-paniwalang napapanatiling at masustansyang pinagmumulan ng pagkain. Ang mga insekto ay sagana, nangangailangan ng kaunting mapagkukunan upang mapalaki, at may mataas na protina at nutrient na nilalaman. Sa katunayan, mahigit 2 bilyong tao sa buong mundo ang nagsasama na ng mga insekto sa kanilang pagkain! Sa cookbook na ito, nilalayon naming iwaksi ang anumang naisip na mga ideya tungkol sa pagkain ng mga insekto at ipakita sa iyo kung gaano kasarap at maraming nalalaman ang mga ito. Ang aming mga recipe ay mula sa mga klasikong dish na may twist, tulad ng cricket tacos at tipaklong stir fry, hanggang sa mas adventurous na mga recipe tulad ng mealworm pizza sa mga truffle ng tsokolate.

Isa ka mang batikang entomophagy o sinusubukan ito sa unang pagkakataon, ang ANG PANGHULI INSEKTO AKLAT NG LUTUIN ay may para sa lahat. Kaya't sumama sa amin sa kapana-panabik na paglalakbay sa pagluluto na ito at sabay-sabay nating tuklasin ang mundo ng entomophagy!

# MGA CRICKET

# 1. Mga Cricket Kebab

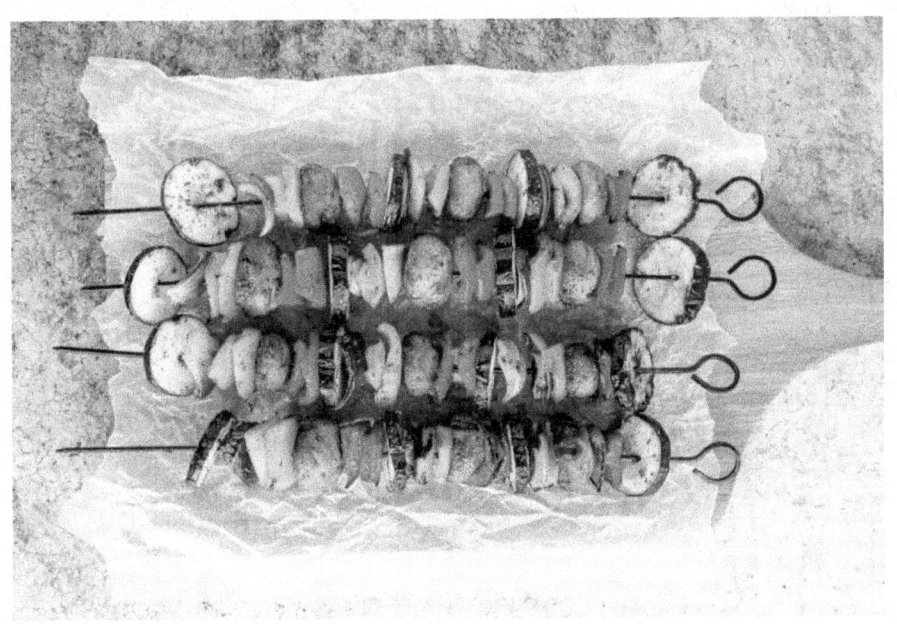

## MGA INGREDIENTS:
- $\frac{1}{2}$ tasa ng mga kuliglig
- $\frac{1}{2}$ tasa ng mga tipak ng pulang sibuyas
- $\frac{1}{2}$ tasa ng mga tipak ng paminta

## MGA TAGUBILIN:
a) I-thread ang mga paminta, pulang sibuyas at kuliglig sa dulo ng skewer ng mga kagamitan.
b) Mag-toast sa apoy o isawsaw ang mga kebab sa piniling sarsa na inilagay sa fondue set.

## 2. Cricket Caesar Salad

## MGA INGREDIENTS:
- 2 dibdib ng manok
- 1 dakot ng kuliglig
- 1 malaking sariwang litsugas
- 1 medium block ng parmesan
- 1 tinapay ng ciabatta bread (para sa mga crouton)
- Caesar salad dressing

## MGA TAGUBILIN:
a) Inihaw ang mga dibdib ng manok na may kaunting olive oil, asin at paminta.
b) Inihaw ang mga kuliglig na may kaunting asin at paminta sa mahinang apoy.
c) Hugasan ang litsugas at gupitin sa maliliit na piraso.
d) Grate ang parmesan at iwanan.
e) Gupitin ang tinapay sa maliliit na cubes at iprito o iprito ang mga ito ayon sa gusto.
f) Pagsamahin ang lahat ng mga sangkap at idagdag ang salad dressing.
g) Ihagis at ihain.

## 3. Cricket at Cream Cheese Wraps

## MGA INGREDIENTS:
- 1 pakete ng tortilla wraps
- 1 pakete ng Philadelphia cream cheese
- ½ tasa ng mga kuliglig
- Bagong rocket

## MGA TAGUBILIN:
a) Ilagay ang tortilla wrap sa isang patag na ibabaw.
b) Ikalat na may Philadelphia cream cheese.
c) Budburan ng mga inihaw na kuliglig.
d) Magdagdag ng tinadtad, sariwang rocket.
e) I-roll nang mahigpit ang tortilla wrap, gupitin at ihain.

## 4. Pest-O Pizza

**MGA INGREDIENTS:**
- Base sa pizza
- 1 palayok ng tomato sauce
- 1 pack ng grated mozzarella
- Ricotta (Opsyonal)
- Goat cheese (Opsyonal)
- Pesto sauce
- Ang daming kuliglig
- Ang daming tipaklong
- 1 kutsarita ng langgam

**MGA TAGUBILIN:**
a) Maghanda ng base ng pizza.
b) Ikalat ang tomato sauce sa base.
c) Magdagdag ng ilang pesto sauce.
d) Ikalat ang mga kuliglig, tipaklong at langgam.
e) Top off na may keso at maghurno sa oven sa 200C sa loob ng 15 minuto hanggang maluto.

## 5. Chocolate Cricket Flour Brownie

## MGA INGREDIENTS:
- 215g ng unsalted butter
- 185g ng kalidad ng maitim na tsokolate
- 45g ng harina ng kuliglig
- 40g ng plain flour
- 40g ng cocoa powder
- 50g ng puting tsokolate
- 3 malalaking itlog
- 275g ng gintong caster sugar
- 3 kutsara ng dehydrated ants

## MGA TAGUBILIN:
a) Gupitin ang mantikilya sa maliliit na cubes at ilagay sa isang medium na mangkok. Idagdag ang maitim na tsokolate (naputol sa maliliit na piraso). Pakuluan ang isang kasirola ng tubig, pagkatapos ay ilagay ang mangkok sa itaas upang ito ay nasa gilid ng kawali, hindi hawakan ang tubig.

b) Ilagay sa mahinang apoy at haluin paminsan-minsan hanggang matunaw ang mantikilya at tsokolate pagkatapos ay alisin ang mangkok sa kawali. Iwanan upang palamig sa temperatura ng kuwarto.

c) Maglagay ng istante sa gitna ng iyong oven at i-on ang oven sa 160C. Lagyan ng grease-proof na papel ang base ng isang mababaw na 20cm square na lata. Ngayon ay salain ang parehong uri ng harina at cocoa powder sa isang mangkok. I-chop ang puting tsokolate at gatas na tsokolate sa mga tipak sa isang board sa magaspang na mga parisukat.

d) Gamit ang electric mixer sa pinakamataas na bilis, haluin ang mga itlog at gintong castor sugar sa High hanggang sa magmukha silang makapal at mag-atas, tulad ng milk shake.

e) Ibuhos ang pinalamig na pinaghalong tsokolate sa ibabaw ng eggy mousse pagkatapos ay malumanay na tiklupin kasama ng rubber spat-ula. Tiklupin ang pinaghalong sa ibabaw nito, dahan-dahang igalaw ang mangkok pagkatapos ng bawat pagtitiklop upang makuha mo ito mula sa lahat ng panig. I-fold hanggang ang dalawang mixture ay maging isa at ang kulay ay mottled dark brown.

f) Ilagay muli ang pinaghalong kakaw at harina sa ibabaw ng mangkok ng pinaghalong itlog na tsokolate pagkatapos ay dahan-dahang itiklop sa pow-er na ito gamit ang parehong figure ng walong aksyon tulad ng dati. Huwag labis na gawin ito dahil mahalagang panatilihing aerated.

g) Panghuli, haluin ang mga langgam, ang puti at gatas na mga tipak ng tsokolate hanggang sa magkatuldok ang mga ito.

h) Ibuhos ang pinaghalong sa lata, i-scrap ang bawat piraso sa mangkok gamit ang spatula. Maghurno ng 25 minuto pagkatapos ay suriin upang makita kung ang brownie wobbles sa gitna kapag malumanay inalog. Kung may paggalaw, ibalik ito sa loob ng 5 minuto hanggang sa ang tuktok ay magkaroon ng makintab, mala-papel na crust at ang mga gilid ay nagsisimula pa lamang lumayo mula sa lata. Alisin sa oven.

i) Iwanan ang brownie sa lata hanggang sa ganap na lumamig pagkatapos ay gupitin ayon sa gusto at ihain.

# 6. Ground Cricket Loaf

## MGA INGREDIENTS:
- ¼ tasa ng kape
- 250 g self-rising na harina
- 100 g margarin o mantikilya
- 100 g brown sugar
- 1 kutsarita ng baking powder
- 1 kutsarita ng lemon essence
- 60 ML maasim na gatas
- 2 itlog
- 25 g powdered ground crickets (0.5mm sieved)

## MGA TAGUBILIN:
a) Paunang linisin ang mga sariwang insekto at patuyuin sa oven sa 70°C sa loob ng 2 oras.

b) Durugin ang mga tuyong insekto gamit ang pestle at mor-tar hanggang sa pinong pulbos.

c) Painitin ang hurno sa 180°C. Grasa at lagyan ng greaseproof na papel ang isang loaf tin at itabi.

d) I-cream ang margarine o mantikilya at asukal hanggang sa magaan at malambot. Magdagdag ng mga itlog, kape, powdered cricket at lemon essence.

e) Tiklupin hanggang makinis.

f) Salain ang self-rising na harina at baking powder. Dahan-dahang idagdag sa creamed mixture, patuloy na natitiklop. Magdagdag ng maasim na gatas upang makagawa ng bumababa na pare-pareho.

g) Ibuhos sa loaf tin at maghurno ng 40-45 minuto o hanggang malinis ang isang tuhog. Buhay ng istante: pinakamahusay na ubusin sa loob ng isang linggo.

# 7. Mga kuliglig at petsa ng bahay

**MGA INGREDIENTS:**
- 15 frozen na kuliglig
- 15 petsa

**MGA TAGUBILIN:**

a) Gupitin ang mga petsa mula sa gilid, alisin ang hukay, at punan ang mga ito ng mga nagyeyelong kuliglig.

b) Hayaang mag-defrost ang mga ito upang payagan ang nutty flavor ng mga kuliglig na magsama sa matamis na lasa ng mga petsa.

## 8. Inihaw na bahay kuliglig meryenda

## MGA INGREDIENTS:
- Mga kuliglig
- ilang patak ng linga o langis ng oliba

## MGA TAGUBILIN:
a) Alisin ang mga pakpak.
b) Paghaluin ang mga kuliglig na may ilang patak ng linga o langis ng oliba at lutuin sa ilalim ng oven grill nang halos sampung minuto hanggang sa maging malutong.
c) Para sa mga alternatibong tagubilin sa kawali, iprito ang mga kuliglig na walang pakpak sa ilang patak ng linga o langis ng oliba sa loob ng halos sampung minuto hanggang sa malutong. Enjoy!

# 9. All-Purpose Cricket Flour

**MGA INGREDIENTS:**
- ⅔ tasa ng all-purpose na harina
- ⅓ tasa ng Cricket Flors

**MGA TAGUBILIN:**

a) Paghaluin ⅔ tasa ng all-purpose baking flour at ⅓ tasa ng Cricket Flour.

b) Gamitin ang ratio na ito para gumawa ng sarili mong mga batch ng all-purpose baking cricket flour.

## 10. Chocolate Espresso Banana Bread

## MGA INGREDIENTS:
- 3-4 na hinog na saging
- 1 ½ all-purpose baking flour
- ½ tasa ng asukal sa niyog
- ½ tasang brown sugar
- ⅓ tasa ng tinunaw na mantikilya
- 1 itlog
- 3 kutsarang Cricket Flours
- 1 shot ng espresso
- 1 kutsarita vanilla extract
- 1 kutsarita ng baking soda
- 1 kurot na asin sa dagat

## MGA TAGUBILIN:
a) Painitin ang oven sa 350°F.
b) Sa isang mixing bowl pagsamahin ang saging at tinunaw na mantikilya hanggang sa ganap na halo-halong.
c) Susunod na idagdag at paghaluin ang baking soda, asin, brown sugar, coconut sugar, at 1 itlog na mahusay na pinalo.
d) Sumunod sa pamamagitan ng pagdaragdag sa vanilla extract, 1 shot ng espresso na pinalamig sa temperatura ng silid, cricket powder, at baking flour para ihalo ang lahat.
e) Bahagyang lagyan ng mantika ang isang 4in x 8in na kawali ng tinapay at idagdag ang huling timpla. Ilagay sa gitna sa ibabaw ng rack at maghurno ng 50 minuto. Enjoy!

## 11. Banana Pancake na may Cricket Protein

## MGA INGREDIENTS:
- 2 saging
- 2 itlog
- 1 kutsarang Cricket Flour
- ¼ tasa ng almond milk

## MGA TAGUBILIN:
a) Sa isang maliit na mangkok ng paghahalo magdagdag ng 1 ½ na saging, mga itlog, Cricket Flour, at almond mix at haluin nang magkasama hanggang ang timpla ay ganap na pinagsama.
b) Hiwain ang natitirang ½ saging at ilagay sa gilid.
c) Gamit ang bahagyang mantikang kawali na dinala sa katamtamang init, idagdag ⅓ tasa ng halo sa kawali upang simulan ang pagluluto.
d) Magluto hanggang sa ginintuang kayumanggi sa magkabilang panig.
e) Alisin sa init at idagdag ang hiniwang saging at anumang karagdagang toppings kung gusto mo. Enjoy!

## 12. Mini Lemon at Valencia Orange Raspberry Scone

## MGA INGREDIENTS:
- 2⅓ tasang Cricket Flors
- All Purpose Baking Flour
- ⅓ tasang asukal
- 2 kutsarita ng baking powder
- ¼ kutsarita ng baking soda
- ½ kutsarita ng asin
- 8 kutsarang frozen unsalted butter
- 1 malaking itlog
- ½ tasa ng Greek yogurt
- 1 kutsarang sariwang kinatas na lemon
- Sarap ng 1 lemon
- 1 ½ kutsarita ng Valencia orange peel
- 1 kutsarita vanilla extract
- 1 tasang sariwang raspberry

## MGA TAGUBILIN:

a) Painitin muna ang oven sa 400°F.

b) Bahagyang lagyan ng mantika ang 2 muffin lata.

c) Sa isang medium mixing bowl pagsamahin ang asukal, orange peel, at lemon zest at ihalo nang magkasama. Pagkatapos ay idagdag ang natitirang Cricket All Purpose Baking Flour, baking powder, baking soda, at asin at ihalo hanggang sa pagsamahin.

d) Grate ang frozen na mantikilya sa pulbos at haluin hanggang sa pagsamahin at ang timpla ay siksik.

e) Sa isang hiwalay na mangkok, paghaluin ang yogurt, itlog, vanilla extract at lemon juice.

f) Dahan-dahang tinidor ang likidong halo sa tuyong pulbos hanggang sa pagsamahin, mag-ingat na huwag mag-over mix.

g) Dahan-dahang tiklupin ang mga sariwang raspberry.

h) Ilagay sa mga lata hanggang sa mapuno ito sa kalahati, at maghurno sa center rack sa loob ng 15 minuto hanggang sa maging golden brown.

## 13. Pineapple Raspberry Smoothie

**MGA INGREDIENTS:**
- ¾ tasa ng pineapple juice
- 1 tasa ng frozen raspberry
- 2 kutsarang Cricket Flour
- 1 sariwang saging
- ½ tasang yelo

**MGA TAGUBILIN:**
a) Gamit ang blender sa kusina, idagdag muna ang pineapple juice, binalatan na saging, at Cricket Flour.
b) Susunod na idagdag ang mga nakapirming raspberry at yelo at haluin ang lahat ng sangkap nang magkasama sa medium powder hanggang makinis.
c) Enjoy!

## 14. Mango Cricket Protein Smoothie

## MGA INGREDIENTS:
- 1 tasang frozen na mangga
- ⅔ tasa ng gata ng niyog
- ½ tasa ng Greek yogurt
- ½ tasang yelo
- 2 kutsarang Cricket Flour
- 1 tasang almond milk

## MGA TAGUBILIN:
a) Sa isang blender, ihalo ang lahat ng mga sangkap at ihalo hanggang makinis.
b) Enjoy!

## 15. Avocado Protein Smoothie

**MGA INGREDIENTS:**
- 2 hinog na abukado
- 1 tasang gata ng niyog
- 2 kutsarang clover honey
- 2 kutsarang Cricket Flour

**MGA TAGUBILIN:**
a) Sa isang blender, ihalo ang lahat ng mga sangkap at ihalo hanggang makinis.
b) Enjoy!

## 16. Cranberry Mango Smoothie na may Cricket Protein

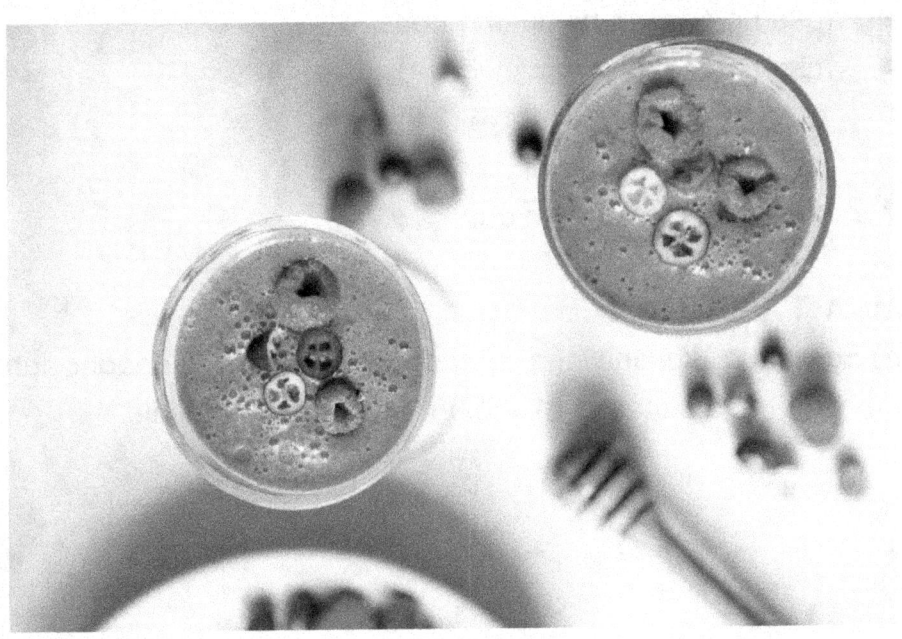

**MGA INGREDIENTS:**
- ⅓ tasa ng frozen cranberries
- ⅔ tasa ng frozen na pulang ubas
- ⅔ tasa ng frozen na mangga
- ½ tasa ng Greek Yogurt
- 1 tasang gata ng niyog
- 2 kutsarang Cricket Flour

**MGA TAGUBILIN:**
a) Sa isang karaniwang blender sa kusina, idagdag ang lahat ng mga sangkap at ihalo hanggang sa makinis.

## 17. Cricket Dragon Smoothie

**MGA INGREDIENTS:**
- ¾ tasa ng frozen na pitaya/dragon fruit
- 1 tasang frozen na hiwa ng mangga
- Harina ng Kuliglig
- ¾ tasa ng pineapple juice

**MGA TAGUBILIN:**
a) Sa isang karaniwang blender sa kusina, idagdag ang lahat ng mga sangkap at ihalo hanggang sa makinis.

## 18. Pomegranate Cashew Green Salad

## MGA INGREDIENTS:
- 1 ½ tasa ng pinaghalong gulay
- 1 ½ kutsarang buto ng granada
- 1 kutsarang toasted cashews
- 1 kutsarang salad dressing (Opsyonal)
- Ang keso ay gumuho, tulad ng feta, asul, o keso ng kambing.

## MGA TAGUBILIN:
a) Sa isang plato o sa isang mangkok, magdagdag ng mga pinaghalong gulay, toasted cashews, at mga buto ng granada. Magdagdag ng keso, kung ginagamit.

b) Ihagis kasama ang iyong paboritong salad dressing.

# 19. <u>Lemon Dressing</u>

**MGA INGREDIENTS:**
- 3 kutsarang extra virgin olive oil
- 3 kutsarang sariwang lemon juice
- 1 kutsarita ng Cricket Flour
- ½ kutsarita sariwang cilantro
- ½ kutsaritang tinadtad na bawang

**MGA TAGUBILIN:**

a) Sa isang maliit na mangkok ng paghahalo, idagdag ang lahat ng mga sangkap at haluin hanggang sa ganap na halo-halong.

b) Enjoy!

20. **Pagbibihis ng Mustasa**

**MGA INGREDIENTS:**
- 3 kutsarang extra virgin olive oil
- 2 kutsarang suka ng cider
- 1 kutsarita na inihanda na mustasa
- 1 kutsarita ng Cricket Flour
- 2 kutsarita ng pulot

**MGA TAGUBILIN:**

a) Sa isang maliit na mangkok ng paghahalo, idagdag ang lahat ng mga sangkap at haluin hanggang sa ganap na halo-halong.

b) Enjoy!

## 21. <u>Alfredo Sauce</u>

## MGA INGREDIENTS:
- 1 kutsarita mantikilya
- 2 cloves ng bawang
- 1 kutsarang all-purpose flour
- 1⅓ tasa ng skim milk
- 2 kutsarang cream cheese
- 1 ¼ tasang gadgad na parmesan cheese
- 2 kutsarita ng Cricket Flour

## MGA TAGUBILIN:
a) Sa isang food processor, haluin ang gatas at cricket powder hanggang

b) ganap na halo-halong.

c) Gumamit ng isang medium sauce pan upang gawin ang roux: pagsamahin

d) mantikilya, bawang, all-purpose flour, at cricket powder milk

e) halo. Haluin palagi sa katamtamang init sa loob ng 3-4 minuto

f) hanggang kumapal.

g) Idagdag ang parehong cream cheese parmesan, at magpatuloy

h) paghahalo hanggang sa ganap na matunaw ang keso.

## 22. Nagluto ng Broccoli si Alfredo

**MGA INGREDIENTS:**
- 4 na tasa ng broccoli florets
- ½ kutsaritang tinadtad na bawang
- ⅓ tasa ng langis ng oliba
- Alfredo Sauce

**MGA TAGUBILIN:**
a) Painitin muna ang oven sa 400°F.
b) Banlawan ang broccoli at ikalat ang mga florets sa isang baking sheet.
c) Sa isang maliit na mangkok, pagsamahin ang langis ng oliba at tinadtad na bawang at bahagyang ibuhos ang broccoli.
d) Maghurno ng 15 minuto hanggang sa bahagyang browned.
e) Maglagay ng mainit na Alfredo Sauce sa ibabaw ng inihurnong broccoli at ihain kaagad.

## 23. <u>Sour Cream Cricket Cheesy Dip</u>

## MGA INGREDIENTS:
- 8 oz kulay-gatas
- 8 oz cream cheese
- ½ kutsarang tinadtad na bawang
- ⅓ tasa ng berdeng sibuyas
- 1 kutsarita cilantro
- ½ kutsarita ng kumin
- 1 tasang ginutay-gutay na cheddar cheese
- ½ oz dry ranch salad dressing mix
- 1 diced na kamatis
- ½ kutsarang Cricket Flour
- 1 diced jalapeno pepper

## MGA TAGUBILIN:
a) Sa isang medium mixing bowl, paghaluin ang lahat ng sangkap at palamigin ng 2 oras bago ihain.

b) Ihain na may halong tortilla chips at magsaya!

## 24. Spicy Baked Peppers

## MGA INGREDIENTS:
- 5 Anaheim peppers
- 2 tasa ng apat na keso na timpla
- 2 kutsarita ng Cricket Flour
- 1 itlog
- $\frac{1}{4}$ kutsarita ng sili na pulbos
- $\frac{1}{8}$ kutsarita puting paminta
- 1 pakurot ng asin
- 2 kutsarita ng red pepper flakes

## MGA TAGUBILIN:

a) Painitin muna ang oven sa 375°F. Magpahid ng malaking baking pan o cookie sheet.

b) Banlawan ang mga paminta at hiwain ang haba ng bawat paminta.

c) Alisin ang lahat ng buto.

d) Sa isang mixing bowl, paghaluin ang keso, itlog, cricket powder, asin, chili powder, at puting paminta.

e) Gamit ang isang kutsara, ikalat ang pinaghalong keso sa lukab ng bawat paminta. Budburan ng red pepper flakes sa ibabaw.

f) Ilagay ang mga paminta sa baking pan at maghurno sa oven sa loob ng 20 minuto.

g) Ihain nang mainit.

## 25. <u>Cricket Stuffed Snow Peas</u>

## MGA INGREDIENTS:
- 30 mga gisantes ng niyebe
- 4 na kutsarang mantikilya (temperatura ng kuwarto)
- 16 oz cream cheese (temperatura ng kuwarto)
- 2 kutsarang tinadtad na bawang
- 1 kutsarang tinadtad na basil
- 1 kutsarang Cricket Flour
- 1 kutsarita ng basag na itim na paminta
- 2 kutsarang tinadtad na chives
- 1 ½ kutsarang tinadtad na dahon ng perehil
- ½ kutsarita ng asin sa dagat
- 1 kutsarang sariwang lemon juice

## MGA TAGUBILIN:
a) Sa isang medium sized na mangkok ng paghahalo, idagdag ang lahat ng mga sangkap maliban sa mga snow peas at lemon juice, at ihalo hanggang sa pinagsama.

b) Kapag pinagsama, idagdag ang timpla sa isang piping bag o malaking plastic storage bag na may maliit na hiwa na ginawa sa isang sulok at itabi.

c) Magdala ng katamtamang laki ng kawali ng bahagyang inasnan na tubig upang pakuluan, at pakuluan ang mga gisantes ng niyebe nang mga 30 segundo at pagkatapos ay patuyuin. (Para maputi, gugustuhin mong ilagay ang mga snow pea sa kumukulong tubig sa loob ng 30 segundo, at pagkatapos ay ihulog ang mga ito sa isang mangkok ng nagyeyelong tubig bago patuyuin ang mga ito.)

d) Gumamit ng isang maliit na kutsilyo upang hiwain at hatiin ang mga gisantes sa gilid ng hubog upang buksan.

e) Pipe sa pinaghalong mula sa iyong bag, at tapusin ang mga ito sa pamamagitan ng pagdaragdag ng kaunting ambon ng sariwang lemon juice. Enjoy!

# 26. Bacon Creamed Chicken

## MGA INGREDIENTS:
- 8 dibdib ng manok
- 8 piraso ng bacon
- ¼ pound corned beef
- 8 oz kulay-gatas
- 14 oz can coconut cream
- ¼ tasa ng Cricket Flour
- 6 na kutsarang pagluluto ng sherry
- 2 tasang hiniwang buong mushroom

## MGA TAGUBILIN:
a) Painitin ang oven sa 275°F.

b) Sa isang glass pan, hiwain ang mga piraso ng corned beef at takpan ang ilalim ng isang layer ng beef.

c) Balutin ang bawat dibdib ng manok ng isang piraso ng bacon at ilagay sa glass pan.

d) Sa medium mixing bowl, paghaluin ang sour cream, coconut cream, cricket powder, at cooking sherry.

e) Kutsara at ikalat ang cream mixture sa bacon wrapped chicken at takpan ang pan na may aluminum foil.

f) Ilagay ang kawali sa oven at lutuin ng 3 oras.

g) Pagkatapos ng 2 oras na pagluluto, alisin ang aluminum foil at iwiwisik ang mga mushroom sa ibabaw ng nilulutong manok sa huling oras.

## 27. Cricket Meat Tacos

## MGA INGREDIENTS:
- 1 pound ground beef
- 1 sariwang katamtamang dilaw na sibuyas
- 1 ½ kutsarita ng cayenne powder
- 1 sariwang diced pulang kamatis
- 1 diced jalapeno pepper
- 1 kutsarita basil
- 1 kutsarita ng oregano
- 2 kutsaritang tinadtad na bawang
- ½ kutsarita ng asin
- ½ kutsarita ng dinurog na itim na paminta
- ⅓ tasa ng tubig
- 3 kutsarang Cricket Flour

## MGA TAGUBILIN:

a) Sa katamtamang kawali, igisa ang giniling na baka, sibuyas at bawang sa katamtamang init.

b) Pababa ang apoy, at idagdag ang natitirang mga sangkap habang hinahalo hanggang sa ganap na pagsamahin at halo-halong.

c) Takpan at hayaang kumulo ng 10-15 minuto hanggang masipsip ang tubig.

d) Gumamit ng mga taco shell at ang iyong mga paboritong taco topping upang lumikha ng masarap na Cricket Meat Taco! Enjoy!

## 28. Cricket Pizza

## MGA INGREDIENTS:
- 1 aktibong dry yeast package
- 1 kutsarita ng asukal
- 1 tasang mainit na tubig
- 2 tasang harina ng tinapay
- ½ tasang Cricket Flour
- 2 kutsarang virgin olive oil
- 1 kutsarita ng asin sa dagat

## MGA TAGUBILIN:
a) Painitin muna ang oven sa 450°F.

b) Sa isang mangkok ng paghahalo, pagsamahin ang maligamgam na tubig, asukal, at aktibong tuyong lebadura at pukawin hanggang sa matunaw. Hayaang tumayo ng 10 minuto.

c) Haluin ang harina ng tinapay, Cricket Flour, sea salt, at olive oil at ihalo hanggang makinis.

d) Hayaang umupo ang pinaghalong 5-8 minuto (Maaaring iwanang sakop ang halo sa isang mainit na lugar sa loob ng 45-60 minuto para sa mas makapal na crust).

e) Ilabas ang kuwarta sa isang bread board na may bahagyang floured at masahin ng 1 hanggang 2 beses bago gamitin.

f) Idagdag sa iyong mga paboritong pizza toppings maghurno sa center rack ng oven para sa 15-20 minuto. Enjoy!

## 29. Cricket Flour Vanilla Brownies

**MGA INGREDIENTS:**
- ½ tasang mantikilya
- 6 na kutsarang kakaw
- kurot ng asin
- 1 kutsarita ng vanilla
- 2 itlog
- 1 tasang asukal
- ¾ tasa Cricket All Purpose Baking Flour

**MGA TAGUBILIN:**

a) Painitin ang oven sa 350°F. Magpahid ng 8x8 inch baking pan.

b) Sa mababang init, matunaw ang mantikilya sa isang katamtamang kasirola, pagkatapos ay ihalo sa kakaw at asin. Alisin ang init.

c) Idagdag ang asukal, Cricket All Purpose Baking Flour, itlog, vanilla, at haluin hanggang makinis.

d) Ibuhos ang pinaghalong batter sa inihandang kawali.

e) Maghurno ng 24 minuto.

f) Suriin ang pagiging handa gamit ang isang palito.

g) Dapat itong lumabas na malinis. Ang cricket flour brownies ay maaaring hindi mukhang ganap na tapos, ngunit sila ay magpapatuloy sa pagluluto kapag naalis na.

h) Hindi mo gustong ma-overcook ang iyong masarap na cricket flour brownies.

## 30. <u>Triple Layer Brownies</u>

## MGA INGREDIENTS:
- 16oz can chocolate syrup
- 4 na itlog
- 3 tasang powdered sugar
- 1 tasa ng butil na asukal
- 1 tasang all-purpose baking flour
- 1 tasang pinalambot na mantikilya
- ⅓ tasa ng Cricket Flour
- 2oz semi sweet bakers tsokolate
- 4 na kutsarang gatas
- 2 kutsarang vanilla extract

## MGA TAGUBILIN:

a) Painitin ang oven sa 350°F. Magpahid ng 8x8 inch baking pan.

b) Sa karaniwang kitchen mixer, pagsamahin ang 8oz softened butter, 1 tasang asukal, 1 kutsarang vanilla, at Cricket flour at ihalo sa mabagal na katamtamang bilis. Ilagay ang mixture sa baking pan at ilagay sa center rack ng over sa loob ng 20-25minutes hanggang sa ganap na maluto.

c) Para sa icing layer, magsimula sa 6 na kutsarang tinunaw na mantikilya at 1 kutsarang vanilla sa isang panghalo sa kusina. Dahan-dahang idagdag ang powdered sugar at gatas habang papalit-palit ang dalawa. Magdagdag ng pangkulay ng pagkain para sa anumang nais na kulay, at simulan ang pag-icing ng brownies kapag lumamig na.

d) Para sa pangatlo at huling layer, tunawin ang 2oz semi sweet bakers na tsokolate at 3 kutsarang mantikilya sa isang maliit na sauce pan na nakatakda sa mahinang apoy.

e) Kapag natunaw na, dahan-dahang ibuhos ang timpla sa ibabaw ng iced brownies para matapos ang iyong masarap na triple layer na brownies.

## 31. Hazelnut Liquor Cake

**MGA INGREDIENTS:**
- 2⅔ tasa ng all-purpose na harina
- ⅓ tasa ng Cricket Flour
- 1 kutsarita ng baking powder
- 2 tasang asukal
- ½ tasa ng langis ng gulay
- 4 na itlog
- ½ tasang tubig
- ½ tasa ng hazelnut liquor
- ½ tasang gatas
- ½ tasang tinadtad na mga hazelnut
- 1 pakete ng instant vanilla pudding

**MGA TAGUBILIN:**

a) Painitin ang oven sa 350°F.

b) Lagyan ng mantika at bahagyang harina ang isang Bundt pan, pinapalamig ang labis na harina.

c) Gamit ang electric mixer, maingat na pagsamahin ang harina, cricket powder, asukal, baking powder, at instant vanilla pudding mix.

d) Idagdag sa vegetable oil, itlog, hazelnut liquor, at gatas. Sa katamtamang kapangyarihan, paghaluin ang lahat ng sangkap sa loob ng 4-5 minuto.

e) Sa inihandang Bundt pan, ilagay muna ang tinadtad na hazelnuts bago ibuhos ang pinaghalong batter.

f) Ilagay ang kawali sa oven sa loob ng 60 minuto, hanggang sa ginintuang kayumanggi. Ang ipinasok na toothpick ay dapat lumabas na malinis.

g) Hayaang tumayo ng 5 minuto upang lumamig.

h) Gamit ang isang mahabang metal o kahoy na dulo, butasin ang ilalim ng 10-15 beses bago ilagay ang cake sa isang serving platter.

## 32. Hazelnut Liquor Glaze

## MGA INGREDIENTS:
- 1 stick mantikilya
- ¼ tasa ng tubig
- 1 tasa ng butil na asukal
- ½ tasa ng hazelnut liquor

## MGA TAGUBILIN:
a) Sa isang medium na kasirola, pagsamahin ang mantikilya, tubig, at asukal sa katamtamang init sa loob ng 5 minuto, patuloy na pagpapakilos.
b) Alisin sa init at ihalo sa hazelnut liquor.
c) Bahagyang ambon ang glaze sa mainit na Hazelnut Liquor Cake.
d) Patuloy na sisipsipin ng pierced cake ang glaze kaya ipagpatuloy ang pag-ambon sa itaas, gitna, at mga gilid.

## 33. <u>Double Chocolate Cricket Crispies</u>

## MGA INGREDIENTS:
- 4 na kutsarang mantikilya
- 1 ½ tasang chocolate chips
- 10 oz na marshmallow
- 3 kutsarang creamy peanut butter
- 2 kutsarang Cricket Flour
- 7 tasang rice cereal

## MGA TAGUBILIN:
a) Sa isang medium sauce pan, tunawin ang mantikilya, 1 tasang chocolate chips, at marshmallow nang magkasama hanggang sa ganap na matunaw sa katamtamang init.
b) Idagdag ang peanut butter at cricket powder at haluin hanggang sa ganap na maghalo.
c) Simulan ang pagdaragdag sa cereal ng bigas at haluin hanggang ang cereal ay ganap na natatakpan ng tinunaw na timpla.
d) Gamit ang isang bahagyang greased metal pan o glass casserole pan, pindutin ang timpla sa lalagyan at ikalat nang pantay-pantay.
e) Ibuhos ang natitirang ½ tasa ng chocolate chips sa ibabaw ng pinaghalong at bahagyang pindutin. Enjoy!

## 34. <u>Dark Molasses Ginger Snap Cookies</u>

## MGA INGREDIENTS:
- 1⅔ tasang harina
- ⅓ tasa ng Cricket Flour
- 1 tasang asukal
- 1 itlog
- ¾ cup shortening
- 1 kutsarita ng luya
- 1 kutsarita ng baking soda
- 1 kutsarita ng kanela
- ¼ tasang dark molasses

## MGA TAGUBILIN:

a) Painitin ang oven sa 350°F. Maghanda ng isang malaking cookie sheet.

b) Gamit ang isang electric mixer, idagdag ang lahat ng mga sangkap nang sabay-sabay at haluin sa medium-low hanggang sa ganap na maihalo ang shortening.

c) Gumamit ng isang kutsara upang hatiin ang bawat cookie at igulong ang bawat isa sa isang bola bago ito ilagay sa cookie sheet, na may pagitan ng kuwarta na 1-2 pulgada ang pagitan.

d) Kumuha ng isang tinidor at pindutin ang mga prong sa gitna ng bawat cookie, unang pumunta sa isang paraan, at pagkatapos ay sa susunod na tumawid sa parehong mga marka sa kabilang paraan, na gumagawa ng mga hash mark.

e) Bahagyang dust na may asukal, at ilagay sa oven para sa 10-12 minuto. Enjoy!

## 35. Peanut Butter Chocolate Chip Cookies

**MGA INGREDIENTS:**
- 2 ¼ tasa ng baking flour
- ¼ tasa ng Cricket Flour
- 1 kutsarita ng baking soda
- 1 kutsarita ng asin
- 2 sticks na pinalambot na mantikilya
- ¾ tasa ng butil na asukal
- ¾ tasa ng brown sugar
- 1 kutsarita almond extract
- 2 itlog
- 1 tasang semi-sweet chocolate morsels
- 1 tasang peanut butter chips

**MGA TAGUBILIN:**

a) Painitin muna ang oven sa 375°F. Maghanda ng isang malaking cookie sheet.

b) Sa isang mixing bowl, idagdag ang baking flour, Cricket Chocolate Peanut Butter, baking soda, at asin at itabi.

c) Sa isang karaniwang kitchen mixer ay nagsisimulang matalo sa medium power ang pinalambot na butter, sugars, at almond extract.

d) Paghaluin ang parehong mga itlog, at itakda sa panghalo sa mababa at dahan-dahang simulan ang pagdaragdag ng pinaghalong harina sa mangkok ng paghahalo hanggang sa ganap na pinagsama.

e) Alisin ang mixing bowl mula sa mixer at tiklupin ang dalawang tasa ng semi-sweet chocolate morsels at peanut butter chips.

f) Gamit ang karaniwang cookie baking sheet, pantay-pantay na kutsara ang cookie dough sa sheet bago ilagay sa preheated oven sa loob ng 10 minuto hanggang sa ginintuang kayumanggi.

## 36. Tinapay ng niyog

## MGA INGREDIENTS:
- 6 na itlog
- 1 kutsarang baking powder
- 2 tablespoons swerve
- $\frac{1}{2}$ tasa ng ground flaxseed
- $\frac{1}{2}$ tasang pinulbos na kuliglig
- $\frac{1}{2}$ kutsarita ng kanela
- 1 kutsarita ng xanthan gum
- $\frac{1}{3}$ tasa ng unsweetened gata ng niyog
- $\frac{1}{2}$ tasa ng langis ng oliba
- $\frac{1}{2}$ kutsarita ng asin

## MGA TAGUBILIN:
a) Painitin muna ang oven sa 375 F.
b) Magdagdag ng mga itlog, gatas, at mantika sa stand mixer at timpla hanggang sa pinagsama.
c) Idagdag ang natitirang mga sangkap at haluin hanggang maihalo.
d) Ibuhos ang batter sa isang greased loaf pan.
e) Maghurno sa oven sa loob ng 40 minuto.
f) Hiwain at ihain.

## 37. Mga Pancake ng Chia Spinach

## MGA INGREDIENTS:
- 4 na itlog
- ½ tasang pinulbos na kuliglig
- 1 tasang gata ng niyog
- ¼ tasa ng chia seeds
- 1 tasang spinach, tinadtad
- 1 kutsarita ng baking soda
- ½ kutsarita ng paminta
- ½ kutsarita ng asin

## MGA TAGUBILIN:
a) Talunin ang mga itlog sa isang mangkok hanggang mabula.
b) Pagsamahin ang lahat ng mga tuyong sangkap at idagdag ang pinaghalong itlog at haluin hanggang makinis. Magdagdag ng spinach at haluing mabuti.
c) Nilagyan ng mantika ang kawali at init sa katamtamang apoy.
d) Ibuhos ang 3-4 na kutsara ng batter sa kawali at gawin ang pancake.
e) Magluto ng pancake hanggang sa bahagyang ginintuang kayumanggi mula sa magkabilang panig.

## 38. Mga sariwang Berry Muffin

## MGA INGREDIENTS:
- 2 itlog
- ½ kutsarita ng vanilla
- ½ tasa sariwang blueberries
- 1 kutsarita ng baking powder
- 6 na patak ng stevia
- 1 tasang mabigat na cream
- 2 tasang pinulbos na kuliglig
- ¼ tasa ng mantikilya, natunaw

## MGA TAGUBILIN:
a) Itakda ang oven sa 350 F.
b) Paghaluin ang mga itlog sa mangkok ng paghahalo at haluin hanggang sa maihalo.
c) Paghaluin ang natitirang sangkap sa mga itlog.
d) Punan ang batter sa isang greased muffin tray at maghurno sa oven sa loob ng 25 minuto. maglingkod.

## 39. Broccoli Nuggets

## MGA INGREDIENTS:
- 2 puti ng itlog
- 2 tasang broccoli florets
- $\frac{1}{4}$ tasang pinulbos na kuliglig
- 1 tasang cheddar cheese, ginutay-gutay
- $\frac{1}{8}$ kutsarita ng asin

## MGA TAGUBILIN:
a) Painitin muna ang oven sa 350 F.
b) Magdagdag ng broccoli sa mangkok at i-mash gamit ang isang masher.
c) Paghaluin ang natitirang mga sangkap sa broccoli.
d) Maglagay ng 20 scoops sa isang baking tray at bahagyang pindutin.
e) Maghurno sa preheated oven sa loob ng 20 minuto.

## 40. Malusog na Waffles

## MGA INGREDIENTS:
- 8 patak ng likidong stevia
- ½ kutsarita ng baking soda
- 1 kutsarang chia seeds
- ¼ tasa ng tubig
- 2 kutsarang mantikilya ng sunflower seed
- 1 kutsarita ng kanela
- 1 abukado, balatan, pitted at minasa
- 1 kutsarita ng vanilla
- 1 kutsarang lemon juice
- 3 kutsarang pinulbos na kuliglig

## MGA TAGUBILIN:
a) Painitin muna ang waffle iron.
b) Sa isang maliit na mangkok, magdagdag ng tubig at chia seeds at ibabad ng 5 minuto.
c) Pagsamahin ang sunflower seed butter, lemon juice, vanilla, stevia, chia mixture, at avocado.
d) Paghaluin ang cinnamon, baking soda, at coconut flour.
e) Magdagdag ng mga basang sangkap sa mga tuyong sangkap at haluing mabuti.
f) Ibuhos ang pinaghalong waffle sa mainit na waffle iron at lutuin sa bawat panig ng 3-5 minuto.

## 41. Keso Almond Pancake

## MGA INGREDIENTS:
- 4 na itlog
- ¼ kutsarita ng kanela
- ½ tasang cream cheese
- ½ tasang pinulbos na kuliglig
- 1 kutsarang mantikilya, natunaw

## MGA TAGUBILIN:
a) Isama ang lahat ng sangkap sa blender at haluin hanggang sa pinagsama.
b) Init ang mantikilya sa isang kawali sa katamtamang init.
c) Ibuhos ang 3 kutsara ng batter bawat pancake at lutuin ng 2 minuto sa bawat panig.

## 42. Pumpkin Muffins

## MGA INGREDIENTS:
- 4 na itlog
- ½ tasang pumpkin puree
- 1 kutsarita pumpkin pie spice
- ½ tasang pinulbos na kuliglig
- 1 kutsarang baking powder
- 1 kutsarita ng vanilla
- ⅓ tasa ng langis ng niyog, natunaw
- ⅔ lumihis ang tasa
- ½ tasang pinulbos na kuliglig
- ½ kutsarita ng asin sa dagat

## MGA TAGUBILIN:
a) Painitin muna ang oven sa 350 F.
b) Scourge coconut flour, pumpkin pie spice, baking powder, swerve, almond flour, at sea salt.
c) Haluin ang mga itlog, banilya, langis ng niyog, at puree ng kalabasa hanggang sa mahusay na pinagsama.
d) Ibuhos ang batter sa greased muffin tray at maghurno sa oven sa loob ng 25 minuto.

## 43. Beef-Chicken Meatball Casserole

## MGA INGREDIENTS:

- 1 talong
- 10 ounces giniling na manok
- 8 ounces giniling na karne ng baka
- 1 kutsaritang tinadtad na bawang
- 1 kutsaritang giniling na puting paminta
- 1 kamatis
- 1 itlog
- 1 kutsarang harina ng niyog
- 8 ounces Parmesan, ginutay-gutay
- 2 kutsarang mantikilya
- ⅓ tasang cream

## MGA TAGUBILIN:

a) Pagsamahin ang giniling na manok at giniling na baka sa isang malaking mangkok.

b) Idagdag ang tinadtad na bawang at giniling na puting paminta.

c) Sa mangkok, basagin ang itlog na may pinaghalong karne at haluing mabuti hanggang sa maayos na pinagsama.

d) Pagkatapos ay idagdag ang pinulbos na mga kuliglig sa lupa at ihalo.

e) Gumawa ng maliliit na bola-bola mula sa giniling na karne.

f) Painitin muna ang air fryer sa 360 F.

g) Budburan ng mantikilya ang air fryer basket tray at ibuhos ang cream.

h) Balatan ang talong at i-chop ito.

i) Ilagay ang mga bola-bola sa ibabaw ng cream at iwiwisik ang mga ito ng tinadtad na talong.

j) Hiwain ang kamatis at ilagay sa ibabaw ng talong.

k) Gumawa ng isang layer ng ginutay-gutay na keso sa ibabaw ng hiniwang kamatis.

l) Ilagay ang casserole sa air fryer at lutuin ito ng 21 minuto.

m) Hayaang lumamig ang kaserol sa temperatura ng silid bago ihain.

## 44. Pritong Alimango

## MGA INGREDIENTS:
- 1 tasa ng magaspang na pinulbos na kuliglig
- ½ tasang harina
- ¾ tasa ng baking powder
- ¼ kutsarang cayenne
- 2 chives, pinong tinadtad
- 8 ounces ng claw crab meat
- 4 ounces ng Gruyere cheese, pinalamig
- 1 tasang tubig sa kuwarta

## MGA TAGUBILIN:
a) Mag-init ng 1 ½-inch na mantika sa isang malaking Dutch oven sa katamtamang init hanggang 350 degrees F (deep-fry).
b) Samantala, paghaluin ang cornmeal, harina, baking powder, cayenne, baking soda, at ¾ kutsarita ng asin sa isang mangkok.
c) Magdagdag ng sibuyas at sibuyas at ihalo upang pagsamahin. Idagdag ang karne ng alimango at keso at ihalo sa isang tinidor upang pagsamahin. Sa gitna ng isang balon, idagdag ang mantikilya at itlog at ihalo upang pagsamahin.
d) Ibuhos ang sopas sa mainit na mantika at mag-ingat na huwag matapon ang kawali at iprito, paminsan-minsan ay paikutin hanggang mag-brown, 3 hanggang 5 minuto.
e) Ilipat sa isang sheet ng papel na tuwalya - timplahan ng asin, ulitin ang natitirang kuwarta.

## 45. Chicken at Turkey Meatloaf

## MGA INGREDIENTS:
- 3 kutsarang mantikilya
- 10 ounces ground turkey
- 7 ounces giniling na manok
- 1 kutsarita pinatuyong dill
- ½ kutsarita ng ground coriander
- 2 kutsarang pinulbos na kuliglig
- 1 kutsarang tinadtad na bawang
- 3 onsa sariwang spinach
- 1 kutsarita ng asin
- 1 itlog
- ½ kutsarang paprika
- 1 kutsarita ng sesame oil

**MGA TAGUBILIN:**

a) Ilagay ang giniling na pabo at giniling na manok sa isang malaking mangkok.

b) Budburan ang karne ng pinatuyong dill, ground coriander, almond flour, tinadtad na bawang, asin, at paprika.

c) Pagkatapos ay i-chop ang sariwang spinach at idagdag ito sa pinaghalong manok.

d) Hatiin ang itlog sa pinaghalong karne at haluing mabuti hanggang sa makakuha ka ng makinis na texture.

e) Grasa ang air fryer basket tray ng olive oil.

f) Painitin muna ang air fryer sa 350 F.

g) Igulong ang pinaghalong karne ng dahan-dahan upang maging flat layer.

h) Ilagay ang mantikilya sa gitna ng layer ng karne.

i) Gawin ang hugis ng meatloaf mula sa pinaghalong karne. Gamitin ang iyong mga daliri para sa hakbang na ito.

j) Ilagay ang meatloaf sa air fryer basket tray.

k) Magluto ng 25 minuto.

l) Kapag luto na ang meatloaf, hayaan itong magpahinga bago ihain.

## 46. Chicken Coconut Poppers

Gumagawa: 6

## MGA INGREDIENTS:
- ½ tasang pinulbos na kuliglig
- 1 kutsaritang chili flakes
- 1 kutsarita ng ground black pepper
- 1 kutsarita ng bawang pulbos
- 11 ounces dibdib ng manok, walang buto, walang balat
- 1 kutsarang langis ng oliba

## MGA TAGUBILIN:
a) Gupitin ang dibdib ng manok sa malalaking cube at ilagay ang mga ito sa isang malaking mangkok.
b) Budburan ang mga chicken cubes ng chili flakes, ground black pepper, garlic powder, at haluing mabuti gamit ang iyong mga kamay.
c) Pagkatapos nito, iwisik ang mga cube ng manok na may harina ng almendras.
d) Malumanay na kalugin ang mangkok na may mga cube ng manok upang mabalot ang karne.
e) Painitin muna ang air fryer sa 365 F.
f) Grasa ang air fryer basket tray ng olive oil.
g) Ilagay ang chicken cubes sa loob.
h) Lutuin ang chicken poppers sa loob ng 10 minuto.
i) Baliktarin ang chicken poppers pagkatapos ng 5 minutong pagluluto.
j) Hayaang lumamig ang nilutong chicken poppers bago ihain.

## 47. Rosemary Scent Cauliflower Bundle

Gumagawa: 4

## MGA INGREDIENTS:
- ⅓ tasa ng pulbos na lupang kuliglig
- 4 na tasa ng rice cauliflower
- ⅓ tasa ng pinababang taba, ginutay-gutay na mozzarella o cheddar cheese
- 2 itlog
- 2 kutsara ng sariwang rosemary, pinong tinadtad
- ½ kutsarita ng asin

## MGA TAGUBILIN:
a) Painitin muna ang iyong oven sa 400°F
b) Pagsamahin ang lahat ng mga sangkap sa isang medium-sized na mangkok
c) I-scoop ang pinaghalong cauliflower sa 12 pantay na laki ng roll/biskwit papunta sa isang baking sheet na bahagyang pinahiran ng mantika at nilagyan ng foil.
d) Maghurno hanggang sa ito ay maging ginintuang kayumanggi, na dapat makamit sa loob ng mga 30 minuto.

## 48. Mga Pumpkin Ball

## MGA INGREDIENTS:
- 1 tasang almond butter
- 5 patak ng likidong stevia
- 2 kutsarang pinulbos na kuliglig
- 2 kutsarang pumpkin puree
- 1 kutsarita pumpkin pie spice

## MGA TAGUBILIN:
a) Paghaluin ang pumpkin puree sa isang malaking mangkok, at almond butter hanggang sa maayos na pinagsama.
b) Magdagdag ng likidong stevia, pumpkin pie spice, at powdered ground crickets at haluing mabuti.
c) Gumawa ng maliliit na bola mula sa pinaghalong at ilagay ang mga ito sa isang baking tray.
d) Ilagay sa freezer ng 1 oras.

## 49. Burger ng kuliglig

## MGA INGREDIENTS:
- 400g lata chickpeas, pinatuyo
- 340g tin sweet corn, pinatuyo
- 20g tuyo na kuliglig o balang pulbos
- ½ bungkos ng sariwang kulantro
- ½ kutsarita ng paprika
- ½ kutsarita ng ground coriander
- ½ kutsarita ng kumin
- zest ng 1 lemon
- 3 kutsarang harina
- asin sa panlasa

## MGA TAGUBILIN:

a) Piliin ang mga dahon ng kulantro, pagkatapos ay idagdag ang kalahati sa iyong food processor kasama ang lahat ng mga tangkay. Idagdag ang cricket powder, pampalasa, harina, lemon zest, at isang kurot ng asin. Idagdag ang tinadtad na chickpeas at mais.

b) Pulse lahat ng mga sangkap na ito hanggang sa pinagsama, ngunit hindi makinis, mabuti na mayroon pa ring kaunting texture.

c) Hatiin ang iyong halo ng bug burger sa 4 na pantay na patties at bahagyang balutin ng plain flour ang labas ng bawat isa para hindi dumikit.

d) Palamigin ang mga ito nang hindi bababa sa 30 minuto. Makakatulong ito sa kanila na magkadikit habang nagluluto. Maaari mo ring balutin ang mga ito sa plastic at i-freeze ang mga ito para magamit mamaya sa yugtong ito.

e) Magdagdag ng isang maliit na halaga ng langis ng oliba sa isang malaking kawali at i-on sa medium heat. Kapag mainit na ang mantika dahan-dahang iprito ang iyong mga burger hanggang sa maging matingkad na ginintuang kayumanggi ang mga ito sa isang gilid, pagkatapos ay i-flip ang mga ito at gawin ang parehong sa kabilang panig.

f) Ihain ang iyong mga bug burger sa paborito mong burger bun, na may sarsa at salad na gusto mo.

## 50. Mga kuliglig na may chermoula butter

## MGA INGREDIENTS:
- 15 ML Langis ng gulay
- 100 g mga kuliglig
- 150 g Baby spinach
- Katas ng kalamansi mula sa 1 kalamansi
- 1 maliit na dakot, sariwang dahon ng kulantro
- 1 cloves, tinadtad, Bawang
- Paprika at Kumin
- 50 g, bahagyang pinalambot na Mantikilya
- Chili Pepper Sa panlasa
- 1 magandang pakurot Asin

## MGA TAGUBILIN:
a) I-chop muna ang mga dahon ng kulantro at ihalo sa iba pang sangkap para sa chermoula butter, itabi muna ito sa ngayon.

b) Init ang mantika sa isang kawali sa katamtamang init, idagdag ang mga kuliglig at iprito nang humigit-kumulang 1 hanggang 2 minuto hanggang sa humupa ang pagdura.

c) Idagdag ang chermoula butter at haluin hanggang sa ganap na matunaw.

d) Idagdag ang baby spinach at ihagis nang malakas hanggang sa magsimulang malanta ang spinach.

e) Ihain kaagad at magsaya.

# BALANG AT TULONG

# 51. Sweet Chilli Locusts

## MGA INGREDIENTS:
- 1 pakete ng tubig na biskwit
- 1 pakete ng Philadelphia cheese ang kumalat
- 1 tasa ng mga balang
- Matamis na chilli sauce

## MGA TAGUBILIN:
a) Ikalat ang Philadelphia cream cheese sa mga biskwit ng tubig, ilagay ang mga inihaw na balang sa itaas.
b) Magpahid ng matamis na chilli sauce at magsaya.

## 52. Locust Stir Fry

## MGA INGREDIENTS:
- 2 bloke ng egg noodles
- 2 kutsarita ng sesame oil
- 200gm ng mga balang
- ¾ sili, pinong hiniwa sa mga singsing
- ½ lilang repolyo
- 2 kutsarang malinaw na pulot
- 1 kutsarang toyo
- 2 kalamansi

## MGA TAGUBILIN:
a) Pakuluan ang noodles ayon sa mga tagubilin sa pakete, pagkatapos ay alisan ng tubig.
b) Init ang natitirang mantika sa isang kawali at idagdag ang mga balang at sili at repolyo.
c) Paghaluin ng ilang minuto. Idagdag ang pulot, toyo at katas ng kalamansi.
d) Haluin ng 30 segundo pagkatapos ay ilagay ang noodles at sesame seeds.

## 53. Mga tuyong inihaw na tipaklong

## MGA INGREDIENTS:
- Mga tipaklong

## MGA TAGUBILIN:
a) Ikalat ang mga nilinis na insekto (sariwa o nagyelo) sa mga tuwalya ng papel sa isang baking sheet.
b) Maghurno sa 200°C sa loob ng 1 hanggang 2 oras hanggang matuyo ang mga insekto ayon sa gusto mo.
c) Suriin ang pagkatuyo sa pamamagitan ng pagtatangkang durugin ang isang insekto gamit ang isang kutsara.
d) Ihain kapag mainit at malutong.

## 54. Tipaklong meryenda / side dish

**MGA INGREDIENTS:**
- Mga tipaklong

**MGA TAGUBILIN:**

a) Ilubog ang mga tipaklong sa mainit na tubig sa loob ng 1 minuto upang hindi makakilos ang mga ito at malinis ang labis na dumi.

b) Alisin ang mga pakpak (opsyonal).

c) Patuyuin ang mga ito sa araw sa loob ng ilang oras, o kahit na ilang minuto, upang muling ilipat ang labis na kahalumigmigan.

d) Iprito sa isang kawali sa loob ng limang minuto hanggang maging golden brown ang mga ito.

e) Ihain bilang malutong na meryenda o bilang isang side dish.

# CICADAS

## 55. Maanghang na Popcorn Cicadas

## MGA INGREDIENTS:
### PARA SA MGA CICADAS
- 12 bagong umusbong na 17-taong cicadas
- ½ tasa ng Worcestershire sauce
- ¼ tasa ng all-purpose na harina
- ¼ kutsarita ng sibuyas na pulbos
- ¼ kutsarita ng pulbos ng bawang
- ¼ kutsarita ng matamis o pinausukang paprika
- ⅛ kutsarita ng pinong sea salt
- ⅛ kutsarita ng cayenne pepper
- 1 malaking itlog
- Langis ng gulay, para sa pagprito

### PARA SA SPICE MIX
- ½ kutsarita ng giniling na kumin
- ¼ kutsarita ng pinong sea salt
- ¼ kutsarita ng cayenne pepper

a) Ilagay ang mga live na cicadas sa isang lalagyan ng airtight at i-freeze nang hindi bababa sa 3 oras, o magdamag.

b) Banlawan nang lubusan ang mga nakapirming cicadas upang alisin ang anumang dumi, pagkatapos ay ilipat sa isang maliit na mangkok, ibuhos ang sarsa ng Worcestershire sa kanila at pukawin upang pagsamahin. Takpan at palamigin ng halos 1 oras.

c) Alisin ang mga cicadas mula sa sarsa ng Worcestershire at ilipat sa isang wire rack o isang plato na nilagyan ng tuwalya upang maubos.

d) Maglagay ng dalawang mababaw na mangkok. Sa isa, haluin ang harina, pulbos ng sibuyas, pulbos ng bawang, paprika, asin at cayenne; sa kabila, haluin ang itlog.

e) Paggawa gamit ang isang cicada nang paisa-isa, isawsaw ito sa itlog, hayaang tumulo ang labis, pagkatapos ay balutin ito sa pinaghalong harina, iwaksi ang anumang labis, at ilipat sa isang plato. Ulitin sa natitirang mga cicadas.

f) Sa isang maliit na kasirola, magdagdag ng sapat na mantika na umabot ng mga 1 ½ pulgada pataas sa mga gilid ng kawali, mga 1 ½ tasa. Ilagay ang kaldero sa medium-high heat at painitin ang mantika hanggang sa ito ay magrehistro ng 350 degrees sa instant-read thermometer. Maglagay ng wire rack malapit sa kalan o lagyan ng malinis na tea towel o paper towel ang isang malaking plato.

g) Gawin ang spice mix: Sa isang maliit na mangkok, haluin ang cumin, asin at cayenne.

h) Iprito ang mga cicadas sa dalawang batch, 6 o higit pa sa isang pagkakataon, hanggang sa maging kulay ginto at malutong. Sa sandaling lumutang ang mga ito sa ibabaw, bantayang mabuti ang mga ito upang maiwasang masunog, hinahalo paminsan-minsan gamit ang isang slotted na kutsara upang maging pantay-pantay ang mga ito, mga 2 minuto. Ilipat sa inihandang rack o plato.

i) Bahagyang iwisik ang mainit na cicadas na may pinaghalong pampalasa sa sandaling maalis ang mga ito sa mantika. Ilipat ang nilutong cicadas sa isang maliit na mangkok at ihain.

## 56. Tempura Cicada kasama si Sriracha Aioli

## MGA INGREDIENTS:
- 36 Cicadas Wings Inalis
- ¾ tasang harina
- ¼ tasa ng gawgaw
- 8 oz Sprite
- 1 kutsarang Thai Lime Seasoning
- Sriracha Aioli
- ½ Cup Dukes Mayonnaise
- ¼ tasa ng Sriracha
- 1 kutsarang Lime Juice
- 2 Qt Canola Oil para sa Pagprito
- 1 kutsarita Korean chili flakes garnish

## MGA TAGUBILIN:

a) Kapag nakakuha ka ng maraming malalaking cicadas, ilagay ang mga ito sa isang bag sa freezer sa loob ng halos 2 oras. ito ang magpapatulog sa kanila sa pinaka-makatao na paraan.

b) Painitin ang dalawang litro ng mantika sa kawali sa 350 Degrees F.

c) Ihanda ang Sriracha aioli sa pamamagitan ng paghahalo ng sriracha mayo at katas ng kalamansi hanggang makinis, Palamigin hanggang handa nang ihain.

d) Ihanda ang tempura batter sa pamamagitan ng paghahalo ng isang itlog, harina, cornstarch, sprite at Thai lime seasoning o anumang maanghang na panimpla na mayroon ka.

e) Alisin ang mga pakpak ng cicadas pagkatapos ay banlawan sa ilalim ng maligamgam na tubig, patuyuin at patuyuin ng isang tuwalya ng papel.

f) Isa-isang isawsaw ang cicadas sa tempura batter pagkatapos ay dahan-dahang ilagay sa mantika. Magluto ng 3-5 minuto hanggang maging ginintuang at malutong.

g) Timplahan ng Korean chili flakes at kosher salt.

## 57. Cicada Cookies

## MGA INGREDIENTS:
- ½ tasa ng pagpapaikli
- 3 itlog
- 1 ½ tasa ng asukal
- 4 ounces na walang tamis na tsokolate, natunaw at pinalamig
- 2 kutsarita ng baking powder
- 2 kutsarita ng vanilla
- 2 tasang all-purpose na harina
- Karagdagan ⅓ tasang asukal
- 1 pinalo na puti ng itlog
- ½ tasa ng magaspang na tinadtad na mani
- Mga 60 parboiled dry roasted cicadas

## MGA TAGUBILIN:

a) Sa isang malaking mangkok, talunin ang shortening na may mga itlog, ang 1 ½ tasa ng asukal, pinalamig na tsokolate, baking powder, at banilya hanggang sa maayos na pinagsama, i-scrap ang mga gilid ng mangkok.

b) Dahan-dahang haluin ang harina hanggang sa lubusang pagsamahin. Haluin ang mga mani. Takpan at palamigin ng 1-2 oras o hanggang madaling hawakan ang kuwarta.

c) Samantala, haluin ang ⅓ tasa ng asukal at pinalo na puti ng itlog. Ilagay ang mga cicadas sa waxed paper; brush na may egg white mixture at itabi.

d) Hugis ang kuwarta sa 1-pulgadang bola. Maglagay ng 2 pulgada sa pagitan ng mga ungreased na cookie sheet. Maglagay ng cicada sa ibabaw ng bawat bola, pinindot nang bahagya.

e) Maghurno sa 375° oven sa loob ng 8-10 minuto o hanggang sa maitakda ang mga gilid. Ilipat sa isang rack upang palamig.

# MGA MEALWORMS

## 58. Pigeon Tikka Masala With Mealworm Pilau

## MGA INGREDIENTS:
- 800g diced kalapati
- 1 kutsarita ng ground cloves
- 1 kutsarita ng ground cumin
- 2 kutsarita ng pinausukang paprika
- 2 kutsarita ng garam masala
- 3 limon
- 6 na butil ng bawang
- 1 piraso ng luya
- 6 kutsarita ng natural na yogurt
- 3 sariwang sili
- 2 sibuyas
- 4 na butil ng bawang
- 30g ng sariwang kulantro
- 800 g ng plum tomato
- 1 chicken stock cube
- 800g ng gata ng niyog
- 200g ng pilau rice
- 100 g ng mealworms

**MGA TAGUBILIN:**

a) Paghaluin ang mga clove, cumin, paprika, garam masala at gata ng niyog sa isang kawali. Mag-toast ng 1 minuto.

b) Durugin ang bawang at lagyan ng rehas ang luya, magdagdag ng yogurt at masahe sa diced pigeon.

c) Hiwalay na balatan ang sibuyas at bawang, hiwain ang sili at lagyan ng mantika ang kaserol.

d) Magluto ng 20 minuto. Magdagdag ng kulantro at magluto ng 2 minuto.

e) Ibuhos ang mga kamatis, gumuho sa stock cube, ihalo ang gata ng niyog at hayaang kumulo sa loob ng 40 minuto.

f) Magluto ng pilau rice sa loob ng 20 minuto sa hob, alisan ng tubig.

g) Haluin ang mga mealworm at ihain.

## 59. Insect Flour Fruit Smoothie

## MGA INGREDIENTS:
- ½ tasa ng piniling mga insekto (mga kuliglig o mealworm)
- 1½ tasa ng ginustong prutas
- ½ saging
- 1 tasa ng unsweetened gata ng niyog

## MGA TAGUBILIN:
a) Dikdikin ang ½ tasa ng mga insekto upang maging pinong pulbos - gamitin ang reverse ng measuring cup, o durugin sa halo at mortar.
b) Ilipat ang pulbos ng insekto sa napiling baso.
c) Durugin ang ginustong prutas at ibuhos sa baso.
d) Paghaluin ang purong prutas at pulbos ng insekto at timpla.
e) Ibuhos ang 1 tasa ng unsweetened coconut milk.
f) Haluin, ihain at tangkilikin.

# 60. <u>Mealworm muffins</u>

## MGA INGREDIENTS:
### PASTRY
- 4 na itlog
- 1.2 tasa ng asukal
- 2 kutsarita ng baking soda
- 2 kutsarita ng kanela
- 1 kutsarita ng vanilla-asukal
- 0.8 tasa ng harina
- 0.4 tasa ng fine grounded cricket
- 0.6 tasa ng langis ng gulay
- 2 tasa ng gadgad na karot

### ICING
- 200g ng cream cheese
- 75g ng mantikilya
- 250g ng icing sugar
- 1 kutsarita ng vanilla
- Mealworm para sa dekorasyon

**MGA TAGUBILIN:**

a) Paghaluin ang mga itlog at asukal hanggang sa malambot. Haluin ang mantika. Paghaluin ang mga tuyong sangkap at tiklupin.

b) Haluing malumanay hanggang sa maging makinis ang masa. Panghuli magdagdag ng gadgad na karot.

c) Ilagay ang mga form ng papel sa muffin tray at ibuhos ang timpla sa mga molde.

d) Ang kuwarta ay may medyo manipis na pagkakapare-pareho, kaya sulit na gumamit ng maliit na scoop upang punan ang kuwarta sa mga hulma. Punan ang mga hulma tungkol sa

e) $\frac{3}{4}$ puno. Maghurno sa isang rack sa gitna ng oven sa 200C sa loob ng 15 - 20 minuto. Hayaang lumamig ang mga muffin ng mga 5 minuto bago dahan-dahang ilabas mula sa tray.

f) Paghaluin ang lahat ng sangkap para sa cream cheese icing - hanggang makinis at malambot (gumamit ng pinalambot na cream cheese at mantikilya upang maiwasan ang mga bukol sa cream).

g) Maglagay ng ilang icing sa ibabaw ng bawat muffin at palamutihan ng mealworms.

## 61. Blueberry Mealworm Muffins

## MGA INGREDIENTS:
- 1½ tasa ng plain flour
- 1½ tasa ng mantikilya
- ½ tasa ng caster sugar
- 2 libreng hanay na itlog
- 1½ kutsarita ng baking power
- 1½ tasa ng blueberries o katumbas sa frozen blueberries
- 1 tasa ng mealworm

## MGA TAGUBILIN:
a) Pagsamahin ang mantikilya at asukal pagkatapos ay dahan-dahang idagdag ang mga itlog, ihalo nang tatlong minuto.
b) Idagdag ang harina, baking powder, nutmeg at mealworms - pukawin upang pagsamahin, pagkatapos ay palamigin nang hindi bababa sa isang oras, mas mabuti magdamag.
c) Maglagay ng isang kutsara ng muffin mixture sa bawat muffin case, punan ang bawat isa hanggang sa kalahati lang.
d) Palahiran ang bawat muffin ng humigit-kumulang walong blueberries at budburan ng isang dakot ng mealworm.
e) Maghurno sa oven na nakatakda sa 200C sa loob ng 20 minuto o hanggang sa ginintuang ibabaw. Ihain kasama ng cream.

## 62. Chocolate Brownie Surprise

## MGA INGREDIENTS:
- 2 tasa ng asukal
- 1 tasa ng tinunaw na mantikilya
- ½ tasa ng cocoa powder
- 1 kutsarita ng vanilla extract
- 4 na itlog
- 1½ tasa ng harina
- ½ kutsarita ng baking powder
- ½ kutsarita ng asin
- ½ tasa ng mealworms

## MGA TAGUBILIN:
a) Matunaw ang mantikilya at ihalo ang lahat ng sangkap sa pagkakasunud-sunod na ibinigay.
b) Maghurno sa 175C sa loob ng 20 - 30 minuto sa isang 9 x 13 pulgadang greased na kawali.
c) Kapag pinalamig, lagyan ng rehas ang puting tsokolate sa itaas at gupitin sa mga parisukat upang ihain.

## 63. <u>Chocolate Mealworm Cookies</u>

## MGA INGREDIENTS:
- 250g ng all-purpose na harina
- 2g ng baking soda
- 170g ng unsalted butter, natunaw
- 100g ng brown sugar
- 200g ng puting asukal
- 15ml ng vanilla extract
- 2 itlog
- 200g ng chocolate chips
- 50g ng mealworms

## MGA TAGUBILIN:
a) Painitin muna ang oven sa 180C.
b) Sa isang mangkok, paghaluin ang harina at baking soda.
c) Sa isang hiwalay na mangkok ihalo ang tinunaw na mantikilya, ang asukal, ang mga itlog at ang vanilla extract hanggang sa mag-atas.
d) Idagdag ang chocolate chips at kalahati ng mealworms.
e) Gamit ang isang kutsara, ilagay ang maliit na halaga ng pinaghalong magkahiwalay sa mga baking tray.
f) Maghurno ng 15 minuto at ilabas ang oven upang palamig sa isang cooling rack.
g) Budburan ang mga mealworm sa ibabaw para sa dekorasyon.

## 64. **Malutong na MealWorm Cheesecake**

## MGA INGREDIENTS:
- 1 pakete ng digestive biscuits
- ½ pakete ng ginger nut biscuits
- Isang dakot ng mealworms
- Gintong syrup
- Knob ng mantikilya

## PAGPUPUNO:
- 3 kutsarang peanut butter
- 85g ng asukal
- 250g tub ng pinababang taba na mascarpone
- 1 palayok ng double cream

## DEKORasyon:
- ½ bar ng tinunaw na tsokolate
- Mga bulate sa pagkain

## MGA TAGUBILIN:
a) Upang gawin ang base, durugin ang lahat ng mga sangkap, matunaw ang mantikilya at gintong syrup. Idagdag sa mga tuyong sangkap, ihalo at pindutin sa base ng isang bilugan na lata. Iwanan sa refrigerator upang itakda.

b) Para sa pagpuno, ikalat ang isang layer ng peanut butter sa base ng biskwit. Sa isang mangkok, paghaluin ang cream cheese hanggang malambot. Magdagdag ng cream sa mascarpone. Tiklupin ang asukal nang hindi hinahalo para panatilihing makapal ang timpla. Makinis sa base ng peanut butter.

c) Kapag nakatakda, palamutihan ng tinunaw na tsokolate at buong mealworm.

## 65. Mealworm Lentil Salad

**MGA INGREDIENTS:**
- ½ lata 15 onsa lentil
- 1 tasang cherry tomatoes
- ¼ tasang chives
- ¼ tasa ng puting alak na suka
- ¼ tasa ng perehil
- ¼ tasa ng inihaw na mealworm at/o mga tipaklong
- Langis ng oliba, asin, paminta sa panlasa

**MGA TAGUBILIN:**

a) Banlawan at alisan ng tubig ang mga lentil. Halve/quarter cherry tomatoes. Hiwain ang chives.

b) Idagdag ang lahat ng sangkap sa isang maliit na mangkok at ihalo upang pagsamahin.

c) Magdagdag ng mga bug at suka, langis ng oliba, asin, at paminta.

d) Haluin at ihain kaagad o ilagay sa refrigerator para mas lalong lumaki ang lasa.

## 66. Mga Micro-Livestock Mini-Pizza

## MGA INGREDIENTS:
- English muffins
- Mga olibo
- kangkong
- Mga matamis na paminta
- Mga tipaklong
- Keso
- Asin at paminta sa panlasa
- Sarsa ng Pizza

## MGA TAGUBILIN:
a) Painitin ang hurno sa 425 degrees Fahrenheit
b) Ilagay ang English muffins sa isang baking sheet
c) Tadtarin/hiwain ang mga toppings
d) Itaas ang spinach, peppers, cheese, at critters, na hinahati nang pantay. Timplahan ng asin at paminta.
e) Maghurno hanggang ang keso ay bubbly at golden brown, 5 hanggang 6 na minuto.

## 67. Mealworm soba salad

## MGA INGREDIENTS:
- 1 pakete ng soba
- Hiniwang pipino
- Hiniwang karot
- Hiniwang labanos
- Chives
- ¼ tasa sariwang lemon juice
- 3 kutsarang langis ng oliba
- Mealworms sa panlasa
- Sesame seeds sa panlasa
- Magaspang na asin at giniling na paminta

## MGA TAGUBILIN:

a) Magluto ng soba ayon sa mga tagubilin sa pakete. Alisan ng tubig.

b) Hatiin ng manipis ang pipino, karot, labanos, at chives ayon sa panlasa.

c) Sa isang mangkok, pagsamahin ang pipino, karot, labanos, chives, lemon juice, at mantika. Magdagdag ng soba; timplahan ng asin at paminta.

d) Palamigin hanggang sa pinalamig, mga 30 minuto. Ihagis ang mga mealworm at ihain.

## 68. Spicy Mealworm Mac N' Cheese

## MGA INGREDIENTS:
- 8 onsa box elbow macaroni
- ¼ tasang mantikilya
- ¼ tasa ng all-purpose na harina
- ½ kutsarita ng asin
- Ground black pepper sa panlasa
- 2 tasang gatas
- 2 tasang ginutay-gutay na cheddar cheese
- Mealworms sa panlasa
- Chili powder sa panlasa

## MGA TAGUBILIN:
a) Pakuluan ang isang malaking palayok ng bahagyang inasnan na tubig. Magluto ng elbow macaroni sa kumukulong tubig, hinahalo paminsan-minsan hanggang sa maluto ngunit matatag hanggang sa kagat, 8 minuto. Alisan ng tubig.

b) Matunaw ang mantikilya sa isang kasirola sa katamtamang init; haluin ang harina, asin, at paminta hanggang makinis, mga 5 minuto. Dahan-dahang ibuhos ang gatas sa pinaghalong harina ng mantikilya habang patuloy na hinahalo hanggang sa makinis at bula ang timpla, mga 5 minuto. Magdagdag ng Cheddar cheese sa pinaghalong gatas at pukawin hanggang matunaw ang keso, 2 hanggang 4 na minuto.

c) Tiklupin ang macaroni sa sarsa ng keso hanggang sa mabalot. Budburan ng mealworm at chili powder sa ibabaw.

## 69. Choco worm truffles

## MGA INGREDIENTS:
- Isang daan at limampung gramo ng maitim na tsokolate
- Isang daan at limampung ml whipping cream
- Half cup cocoa powder
- Vanilla essence (maliit na halaga ayon sa panlasa)
- Dalawampung gramo ng Crunchy Critters Mealworms (2 x 10g packet)

## MGA TAGUBILIN:
a) Pakuluan ang takure, at ibuhos ang tubig sa isang kawali. Maglagay ng mangkok na hindi tinatablan ng init sa kawali at idagdag ang tsokolate; haluin nang dahan-dahan at hayaang matunaw. Maaari mong painitin ang tubig sa hob ngunit huwag hayaang kumulo.

b) I-whip ang cream.

c) Pagsamahin ang lahat ng mga sangkap, idagdag ang tinunaw na tsokolate nang dahan-dahan sa cream.

d) Kapag pinagsama ilagay sa refrigerator sa loob ng dalawa hanggang tatlong oras para lumamig.

e) Kapag lumamig, alisin sa refrigerator at igulong sa mga bola.

# LUMILIpad na anay

## 70. Lumilipad na anay At Taro Delight

## MGA INGREDIENTS:
- 500 g taro
- 250 ML maasim na gatas
- 2 itlog
- Asin sa panlasa
- 250 g sariwang de-winged na lumilipad na anay
- Kurot ng pinatuyong halo-halong damo
- 1 kutsarang lemon juice

## MGA TAGUBILIN:

a) I-marinate ang hinugasang anay sa lemon at halo-halong damo sa loob ng 1 oras.

b) Alisin sa marinade at isawsaw sa mantika. Mag-ihaw sa 220°C.

c) Pakuluan ang taro sa inasnan na tubig hanggang sa lumambot at maluto.

d) Balatan ang taro at mash, pagkatapos ay unti-unting magdagdag ng itlog at maasim na gatas upang makagawa ng creamy mixture.

e) Pipe sa mga pugad gamit ang isang piping bag.

f) Maghurno ng mga taro nest sa 220°C hanggang matigas. Alisin at lagyan ng pinalo na itlog. Ibalik sa oven hanggang sa ginintuang kayumanggi.

g) Alisin mula sa oven; ibuhos ang inihaw na anay sa mga pugad ng taro. Ihain nang mainit.

## 71. Choc Chip Swarmer Pancake

## MGA INGREDIENTS:
- 60 g mantikilya/margarin
- 2 nakatambak na kutsarita ng powdered swarmer (0.5 mm sieved)
- 1 kutsarita gintong syrup
- 1 itlog
- Kurot ng asin
- 1 kutsarita luya pulbos
- 70 g plain na harina
- 1 kutsarita ng asin
- 1 kutsarita ng baking powder
- 1 kutsarita ng vanilla essence
- 1-2 itlog, pinalo
- 2 kutsarang chocolate chips
- ½ tasang pinatuyong inihaw na lumilipad na anay
- 50 g margarine/unsalted butter, pinalambot

## MGA TAGUBILIN:
a) Paghaluin ang mantikilya, asin at vanilla essence hanggang makinis at mag-atas.
b) Talunin ang mga itlog at dahan-dahang magdagdag ng harina at baking powder. Paghaluin sa isang bumababa na pare-pareho.
c) Idagdag ang anay at chocolate chips.
d) Init ang mantika sa isang mababaw na kawali at magdagdag ng isang bilugan na kutsara ng pinaghalong.
e) Iprito ang isang gilid hanggang sa ginintuang kayumanggi. I-flip at iprito ang kabilang panig.
f) Ihain mainit o malamig.

## 72. <u>Termite Burger Patties</u>

## MGA INGREDIENTS:
- 350 g durog na swarmer
- 105 ML ng tubig na may yelo
- 2.5 g pulbos na gulaman
- 1 kutsarang pampalasa ng patatas
- 1 kutsarang pulbos ng bawang
- 1 kutsarang sili na pulbos

## MGA TAGUBILIN:
a) Paghaluin ang swarmer powder, pampalasa, tubig at gulaman sa isang mixing bowl.
b) Bumuo ng malambot na pinaghalong burger patties at hubugin ito ng pantay na laki ng mga bola. I-flatte gamit ang rolling pin o sa pagitan ng iyong mga palad. Hayaang magpahinga ng 10 minuto sa refrigerator.
c) Grill o mababaw na prito. Ihain kasama ng toasted bread buns at ang iyong mga paboritong sarap at saliw.

# 73. anay sa butas

**MGA INGREDIENTS:**
- 1 kg ng medium-sized na patatas
- Kurot ng asin
- 2 pula ng itlog
- 1 itlog, pinalo
- 50 g margarin o mantikilya
- Kurot ng puting paminta
- 1 kutsarita na pinulbos na anay na sundalo (0.5 mm na sinala)
- 200 g buong inihaw na anay ng sundalo
- Kurot ng oregano
- 1 kutsarang mantika

## MGA TAGUBILIN:

a) Painitin ang hurno sa 180°C. Magpahid ng baking tray.
b) Hugasan, alisan ng balat at muling hugasan ang mga patatas, at gupitin sa pantay na laki.
c) Pakuluan ang patatas sa bahagyang inasnan na tubig hanggang maluto
d) sa pamamagitan ng.
e) Alisan ng tubig at i-mash ang mga patatas, ipasa ang mga ito
f) sa pamamagitan ng isang medium sieve.
g) Magdagdag ng pula ng itlog at margarine o mantikilya sa mashed patatas at pukawin nang masigla. Timplahan ayon sa panlasa at ihalo sa pinulbos na anay.
h) Ilagay sa isang piping bag na may malaking star tube at ipalabas ang mga pugad ng patatas na mga 5 cm ang lapad sa baking tray.
i) Mag-init ng mantika sa isang kawali, iprito ang buong anay
j) katamtamang init. Magdagdag ng oregano at puting paminta.
k) Ibuhos ang piniritong anay sa mga gitna ng mga pugad ng patatas. Ang anumang labis na anay ay maaaring ihain nang hiwalay.
l) Maghurno sa oven sa loob ng 10 minuto, pagkatapos ay ilabas at i-brush gamit ang pinalo na itlog. Ibalik sa oven hanggang sa ginintuang kayumanggi. Ihain nang mainit.

## 74. Sinigang na anay

## MGA INGREDIENTS:
- 2 tasang mais na pagkain
- 1 tasa ng sorghum na pagkain
- Kakarampot na asin
- 1 tasang pinulbos na anay

## MGA TAGUBILIN:
a) Pakuluan ang anay sa loob ng 15 minuto at tuyo sa araw o tuyo sa oven sa oven sa 70°C.
b) Gilingin ang mga tuyong anay hanggang sa pinong pulbos sa isang halo at lusong o isang food processor.
c) Paghaluin nang lubusan ang mga tuyong sangkap sa mga proporsyon na ipinahiwatig.
d) Mag-imbak ng pulbos na sinigang ng anay sa isang lalagyan ng air-tight at gamitin sa loob ng 60 araw.
e) Upang makagawa ng sinigang, pakuluan ang tubig at unti-unting ihalo sa pulbos sa ratio na 250ml na tubig sa 100g ng
f) pulbos ng sinigang anay.
g) Haluin nang tuluy-tuloy sa loob ng 10 minuto

## 75. Malasang anay at Egg Roulade

## MGA INGREDIENTS:
- 2 itlog
- 120 ML buong gatas
- 120 g durog na bawang
- 120 g gadgad na berdeng paminta
- 100 g ground termite powder
- 1 kutsarang sili na pulbos
- 1 kutsarita ng asin
- Langis ng gulay para sa mababaw na pagprito

## MGA TAGUBILIN:
a) Hatiin ang mga itlog sa isang mangkok, magdagdag ng gatas at asin, at talunin ng isang minuto.
b) Magdagdag ng sibuyas, gadgad na paminta at ihalo.
c) Mag-init ng kaunting mantika sa kawali hanggang sa katamtamang init. Ibuhos ang humigit-kumulang kalahati ng pinaghalong itlog at lutuin hanggang halos mapunta sa ibabaw. Igulong ang kalahati ng omelet mula sa kaliwang bahagi ng kawali hanggang sa gitna. Ilipat ang omelet sa kaliwa. Hiwain at ihain. Kung hiwain mo kapag mainit pa ang omelet ito ay maaaring masira.
d) Magdagdag ng kaunting mantika, at ibuhos ang ilang halo ng itlog sa puwang sa kanan ng omelet. Ipagpatuloy ang pag-roll ng omelet mula sa kaliwa ng kawali hanggang sa gitna.
e) Sa sandaling muli ilipat ang torta patungo sa kaliwa, magdagdag ng higit pang langis, at ibuhos ang natitirang pinaghalong itlog sa puwang sa kanan ng omelet.
f) Kapag naitakda na ito, tapusin ang pag-roll ng omelet at alisin sa isang chopping board.

## 76. Nagkalat ang anay

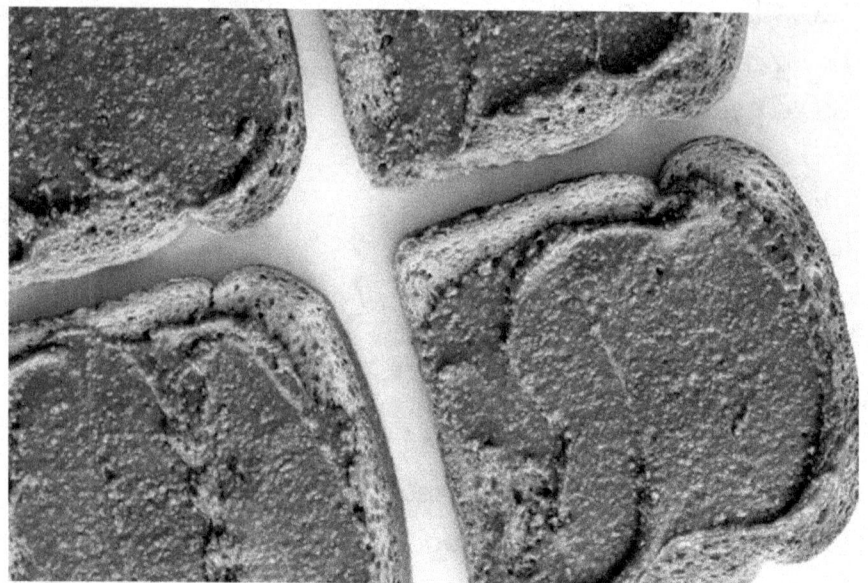

**MGA INGREDIENTS:**
- anay

**MGA TAGUBILIN:**
a) Ilagay lamang ang toasted o raw de-winged anay sa isang blender at gumawa ng paste o bread spread para ihain kasama ng patatas o tinapay.
b) Enjoy.

## 77. Meryenda ng anay o side dish

**MGA INGREDIENTS:**
- anay

**MGA TAGUBILIN:**
a) Ilubog ang anay sa tubig upang maalis ang labis na dumi. (Kapag ang mga anay ay lumabas sa lupa, sila ay may posibilidad na lumipad palabas na may buhangin at lupa sa kanilang mga pakpak at binti.)
b) Magprito sa isang kawali sa loob ng limang minuto hanggang sa maging bahagyang kayumanggi ang mga ito at magsimulang magmukhang oilier.
c) Hipan ang mga pakpak (opsyonal). Ang mga pakpak ay lumuwag at nalalagas habang nagpiprito at madaling mahihipan sa mahinang hangin, o maaari mo lamang hipan gamit ang iyong bibig.
d) Maaari mo ring itago ang mga hilaw na anay sa refrigerator sa magdamag, at pagkatapos ay madaling mahuhulog ang mga pakpak sa isang bahagyang pagpindot. Maaari silang susunod na i-toast-ed nang walang mga pakpak.
e) Patuyuin ang mga ito sa araw sa loob ng ilang oras, o kahit na tuyo sa loob lamang ng ilang minuto upang maalis ang labis na kahalumigmigan.
f) Magdagdag ng asin ayon sa panlasa.
g) Ihain bilang malutong na meryenda o bilang isang side dish.

## 78. Berry Shake

## MGA INGREDIENTS:
- 25 g ground termite powder
- 1 tasa ng frozen mixed berries
- isang dakot ng spinach, opsyonal
- 1 tasa ng non-dairy milk
- 1 kutsarang kasoy o almond butter
- ½ T chia seeds o flaxseed, opsyonal
- yelo, kung kinakailangan

## MGA TAGUBILIN:
a) Idagdag ang lahat ng sangkap maliban sa anumang mga toppings sa isang blender.
b) Saging, cinnamon, ground termite powder, chia seeds, almond milk at vanilla sa isang blender.
c) Haluin hanggang makinis. Tikman at ayusin ang yelo o sangkap kung kinakailangan. Magdagdag ng mga toppings (kung gumagamit) at magsaya!

## 79. Peanut Butter Shake

## MGA INGREDIENTS:
- 25g ground anay powder
- 2 kutsarang peanut butter o peanut butter powder, + higit pa para sa pag-ambon
- 1 frozen na saging, sa mga tipak
- $\frac{3}{4}$ tasa ng almond milk,
- dakot ng yelo, kung kinakailangan

## MGA TAGUBILIN:
a) Idagdag ang lahat ng sangkap maliban sa anumang mga toppings sa isang blender.
b) Saging, cinnamon, ground termite powder, chia seeds, almond milk at vanilla sa isang blender.
c) Haluin hanggang makinis. Tikman at ayusin ang yelo o sangkap kung kinakailangan.
d) Magdagdag ng mga toppings (kung gumagamit) at magsaya!

## 80. Banana Almond Smoothie

## MGA INGREDIENTS:
- ½ tasang tubig ng niyog
- ½ tasa plain Greek yogurt
- 3 kutsarang almond butter
- 25g ground anay powder
- 1 kutsarang hinukay na buto ng abaka
- 1 frozen na saging
- 1 tasang yelo

## MGA TAGUBILIN:
a) Haluin hanggang makinis.
b) Tikman at ayusin ang yelo o sangkap kung kinakailangan.

# 81. Cherry Almond Shake

## MGA INGREDIENTS:
- 1 tasang tubig o almond milk
- 50g ground anay powder
- ½ tasa frozen, pitted cherries
- 2 kutsarang almond butter
- dakot ng ice cubes

## MGA TAGUBILIN:
a) Haluin hanggang makinis.
b) Tikman at ayusin ang yelo o sangkap kung kinakailangan.

## 82. <u>Honey Banana Shake</u>

**MGA INGREDIENTS:**
- 1 ½ tasa ng tubig o almond milk
- 1 frozen na saging
- ¼ tasa plain Greek yogurt
- 50g ground anay powder
- 1 kutsarita ng pulot
- budburan ng ground nutmeg

**MGA TAGUBILIN:**
a) Haluin hanggang makinis.
b) Tikman at ayusin ang yelo o sangkap kung kinakailangan.

## 83. Carrot Cake Shake

## MGA INGREDIENTS:
- 1 ½ tasang tubig o almond milk
- 50g ground anay powder
- ¼ tasa ng ginutay-gutay na karot
- ¼ tasa tinadtad na mga walnuts
- ¼ tasa plain Greek yogurt
- ¼ kutsarita ng giniling na kanela
- kurot ng giniling na nutmeg at giniling na luya

## MGA TAGUBILIN:
a) Haluin hanggang makinis.
b) Tikman at ayusin ang yelo o sangkap kung kinakailangan.

## 84. Key Lime Pie Shake

## MGA INGREDIENTS:
- ½ tasa ng vanilla Greek yogurt
- 1 tasang almond milk o tubig
- 50g ground anay powder
- 1 kutsarang katas ng kalamansi
- stevia sa panlasa
- dakot ng ice cubes

## MGA TAGUBILIN:
a) Haluin hanggang makinis.
b) Tikman at ayusin ang yelo o sangkap kung kinakailangan.

## 85. Peach Oatmeal Shake

## MGA INGREDIENTS:
- 1 ½ tasang tubig o almond milk
- 50g ground anay powder
- ¼ tasa ng tuyong oats
- 1 peach, pitted, binalatan at tinadtad
- dakot ng ice cubes
- ½ frozen na saging, binalatan at tinadtad
- stevia sa panlasa

## MGA TAGUBILIN:
a) Haluin hanggang makinis.
b) Tikman at ayusin ang yelo o sangkap kung kinakailangan.

## 86. Vanilla Chai Shake

## MGA INGREDIENTS:
- 1 tasang almond milk o tubig
- 50g ground anay powder
- ¼ tasa ng matapang na brewed, pinalamig na tsaa
- ¼ kutsarita vanilla extract
- kurot ng ground cinnamon, cloves at cardamom
- dakot ng ice cubes
- budburan ng chia seeds

## MGA TAGUBILIN:
a) Haluin hanggang makinis.
b) Tikman at ayusin ang yelo o sangkap kung kinakailangan.

## 87. Apple Pie a la Mode Shake

## MGA INGREDIENTS:
- 1 tasang tubig o almond milk
- 1 mansanas, binalatan, tinadtad, at pinong tinadtad
- ¼ tasa ng vanilla Greek yogurt
- 1 kutsarang mantikilya ng mansanas
- ½ kutsarita ng giniling na apple pie spice
- 50g ground anay powder
- stevia sa panlasa

## MGA TAGUBILIN:
a) Haluin hanggang makinis.
b) Tikman at ayusin ang yelo o sangkap kung kinakailangan.

## 88. <u>Cinnamon Roll Shake</u>

**MGA INGREDIENTS:**
- 1 ½ tasang tubig o almond milk
- 50g ground anay powder
- ¼ kutsarita ng giniling na kanela
- ½ tasa ng vanilla Greek yogurt
- ¼ tasa ng tuyong oats
- ½ saging, binalatan

**MGA TAGUBILIN:**
a) Haluin hanggang makinis.
b) Tikman at ayusin ang yelo o sangkap kung kinakailangan.

## 89. Hawaiian Sunrise Shake

## MGA INGREDIENTS:
- 1 tasang almond milk o tubig
- 50g ground anay powder
- ½ saging
- ½ tasang pinya
- ½ tasa plain Greek yogurt
- stevia sa panlasa
- dakot ng ice cubes

## MGA TAGUBILIN:
a) Haluin hanggang makinis.
b) Tikman at ayusin ang yelo o sangkap kung kinakailangan.

## 90. Snickerdoodles Shake

**MGA INGREDIENTS:**
- 1 tasang tubig o almond milk
- 50g ground anay powder
- ½ saging
- 1 kutsarang creamy almond butter
- ¼ kutsarita ng giniling na kanela
- ¼ kutsarita vanilla extract

**MGA TAGUBILIN:**
a) Haluin hanggang makinis.
b) Tikman at ayusin ang yelo o sangkap kung kinakailangan.

# 91. Chocolate Chip Cookie Shake

**MGA INGREDIENTS:**
- 1 ½ tasa ng almond milk o tubig
- 50g ground anay powder
- ¼ tasa ng tuyong oats
- ¼ kutsarita ng imitasyon na lasa ng mantikilya
- ¼ kutsarita vanilla extract
- kurot ng asin
- dakot ng ice cubes
- 1 kutsarang mini chocolate chips
- stevia sa panlasa

**MGA TAGUBILIN:**
a) Haluin hanggang makinis.
b) Tikman at ayusin ang yelo o sangkap kung kinakailangan.

# MOPANE worm

## 92. Mopane Worm Scones

## MGA INGREDIENTS:
- 80 g cheddar cheese
- 1 katamtamang sibuyas, diced
- 1 kutsarang pinong tinadtad na sariwang perehil
- 1 kutsarang mantika
- 175 g self-rising na harina
- 35 g sariwang mopane worm
- 30 g mopane worm powder (0.5mm sieved)
- ½ kutsarita English mustard powder
- ½ kutsarita ng asin
- ½ kutsarita ng cayenne pepper
- 75 g mantikilya/margarin
- 1 malaking itlog
- 2-3 kutsarang gatas
- Kurot ng itim na paminta

## MGA TAGUBILIN:
a) Painitin muna ang oven sa 200°C. Grasa at alisan ng alikabok ang isang baking tray.

b) Salain ang harina, asin, cayenne pepper at itim na paminta sa isang malaking mangkok ng paghahalo. Magdagdag ng mopane worm powder (Ginaling/ dinurog sa food processor at sinala sa 0.5 mm na salaan).

c) Kuskusin sa margarine/butter ang mga tuyong sangkap hanggang sa mabuhangin ang texture.

d) Pakuluan ang sariwang mopane worm sa loob ng 15 minuto at itapon ang tubig. Magdagdag ng sariwang tubig at pakuluan muli ng 15 minuto. Itapon ang tubig at ulitin nang dalawang beses pa.

e) Ilagay ang pinakuluang mopane worm sa isang baking tray, budburan ng asin at iwanan upang alisin ang labis na kahalumigmigan hanggang sa matuyo ngunit malambot, humigit-kumulang 10 minuto.

f) Idagdag ang mopane worm at kalahati ng grated cheese sa sieved flour mixture at ihalo.

g) Gumawa ng isang balon sa gitna ng harina at magdagdag ng pinalo na itlog. Paghaluin gamit ang isang round-bladed na kutsilyo sa isang malambot na kuwarta na nag-iiwan sa mga gilid ng mangkok na malinis. Magdagdag ng gatas kung kinakailangan.

h) I-on ang kuwarta sa isang bahagyang tinadtad na ibabaw at igulong sa 2 cm ang kapal. Gumamit ng scone cutter upang gupitin ang mga scone. Pagsamahin at igulong muli ang anumang mga piraso ng kuwarta hanggang sa maubos ang lahat.

i) Ilagay ang mga scone sa baking tray at lagyan ng gatas o pinalo na itlog at iwiwisik ang natitirang grated cheese sa ibabaw.

j) Maghurno sa tuktok ng oven para sa 10-12 minuto o hanggang sa tumaas at ginintuang kayumanggi, na ang keso ay natunaw. Ihain nang mainit o malamig.

## 93. Mopane Worm Samosa

## MGA INGREDIENTS:
### SAMOSA DOUGH
- 250 g harina ng cake
- 1 kutsarita ng asin
- 80 ML mainit na langis sa pagluluto
- 8 kutsarang mainit na tubig

### MOPANE FILLING
- 50 g mopane worm
- 3 kutsarang mantika
- ½ katamtamang sibuyas, tinadtad
- Kurot ng puting paminta
- 1 itlog
- Kurot ng pulbos ng bawang
- Kurot ng asin
- Kurot ng mainit na curry powder
- 1 medium carrot, pinong tinadtad

## MGA TAGUBILIN:
### SAMOSA DOUGH

a) Paghaluin ang harina ng cake, asin at mantika sa isang mangkok.

b) Magdagdag ng maligamgam na tubig at ihalo sa isang malambot na kuwarta.

c) Cling-wrap ang kuwarta at hayaang mag-relax ng 30 minuto.

d) Kapag ang pastry ay nakakarelaks, hatiin ito sa apat na pantay na bola at igulong sa manipis na mga bilog.

e) Magpainit ng tuyong kawali at lutuin nang bahagya ang mga bilog ng pastry sa loob ng 10 segundo sa magkabilang panig.

f) Takpan ng cling wrap o basang tela upang hindi na matuyo.

### MOPANE FILLING

g) Alisin ang mga ulo mula sa mopane worm at i-chop ang natitira sa maliliit na piraso.

h) Pakuluan ng 10-15 minuto.

i) Patuyuin at ilagay sa sariwang malamig na tubig upang alisin ang mga natitirang dumi.

j) Banlawan ang mga mopane worm hanggang sa malinaw na umagos ang tubig.

k) Mag-init ng mantika sa kawali. Magdagdag ng mopane worm, asin, puting paminta at pulbos ng bawang at ihalo.

l) Magprito ng 15 minuto. Magdagdag ng curry powder, karot, sibuyas at magprito ng karagdagang 5 minuto. Itabi para lumamig.

### PARA GAWIN ANG SAMOSAS

m) Gupitin ang bawat bilog ng pastry sa 4 na bahagi.

n) I-brush ang mga gilid ng pinalo na itlog o flour-and-water paste. Hugis ito sa isang kono at magdagdag ng palaman. Isara at i-seal ang natitirang mga gilid. Umalis para makapagpahinga.

o) Mag-init ng mantika sa isang deep-fryer. Kapag ang isang piraso ng ekstrang pastry ay bumaba sa mantika, agad na bumula at tumataas ito ay sapat na mainit. Magprito ng mga samosa ng dalawa o tatlo sa isang pagkakataon hanggang sa ginintuang kayumanggi sa lahat ng panig.

p) Patuyuin sa greaseproof na papel at ihain.

q) Maaari mong lutuin ang mga samosa sa oven kung mas gusto mo ang mga ito na hindi gaanong mamantika. Magsipilyo lamang ng mantika sa magkabilang gilid at ilagay sa oven sa temperaturang 180 °C sa loob ng 20 minuto o hanggang sa maging ginintuang kayumanggi sa lahat ng panig, iikot nang isang beses.

## 94. Mopane Worm Balls

## MGA INGREDIENTS:
- 100 g buong sariwang mopane worm
- 1 kutsarang pulbos na mopane worm
- 3 pula ng itlog
- 1 kutsarita ng asin
- 200 g mealie rice, pinakuluang
- 50 g harina
- ½ kutsarita puting paminta
- 1 kutsarang Italian seasoning
- 1 tasang breadcrumbs
- Dagdag na itlog para sa patong

**MGA TAGUBILIN:**

a) Linisin at pakuluan ang mopane worm nang hindi bababa sa 30 minuto upang maging malambot ang mga ito.

b) Painitin ang hurno sa 180°C. Grasa at alikabok ang isang baking sheet.

c) Sa isang malaking mixing bowl, paghaluin ang mopane worm,

d) asin, pampalasa ng Italyano at puting paminta. Iwanan upang tumayo ng 30 minuto.

e) Magdagdag ng mopane worm powder at mealie rice sa mopane mixture at ihalo.

f) Idagdag ang mga pula ng itlog nang paunti-unti, patuloy na pagpapakilos hanggang sa ang timpla ay maging malambot at malambot na bola.

g) Alikabok ng harina ang palad ng iyong kamay. Maglagay ng 1 kutsara ng pinaghalong sa iyong palad at igulong sa isang matibay na bola.

h) Pahiran ng mga bola sa puti ng itlog at itlog pagkatapos ay ilagay sa mga breadcrumb at itabi.

i) Ilagay ang baking sheet at maghurno sa gitnang istante ng oven sa loob ng 30-45 minuto o hanggang sa ginintuang. Bilang kahalili, i-deep fry ang mopane balls sa mainit na mantika hanggang malutong sa labas.

j) Ihain kasama ng makapal na kamatis at sarsa ng sibuyas.

# CHAFER BEETLES

## 95. Chafer Beetle Cupcake

## MGA INGREDIENTS:
- 2¼ tasa ng harina ng cake
- 2 kutsarita ng baking powder
- 1 kutsarita ng asin
- 250 g margarin o mantikilya
- ¾ tasang caster sugar
- 1 kutsarita ng vanilla essence
- 2 itlog, pinalo
- 300 g tsokolate na pulbos
- ½ tasang powdered chafer beetle (0.5mm sieved)
- ¼ tasang tinimplang malamig na kape
- 4 kutsarita ng cocoa powder
- ½ tasa ng maasim na gatas

## MGA TAGUBILIN:

a) Painitin ang hurno sa 190°C. Magpahid ng muffin tin at ilagay ang mga cupcake cup sa mga form.

b) I-cream ang margarine/butter at asukal. Haluin ang vanilla essence.

c) Salain ang harina ng cake, baking powder, asin, tsokolate at cocoa powder sa isang mangkok.

d) I-fold ang mga itlog sa creamed margarine at asukal nang paisa-isa. Patuloy na pagpapakilos, salit-salit na idagdag ang pinaghalong harina at kape, unti-unti, upang maiwasan ang curdling.

e) Magdagdag ng chafer beetle powder at ihalo nang lubusan sa isang bumababa na pare-pareho. Magdagdag ng higit pang kape o gatas, kung kinakailangan.

f) Ilagay ang mga kutsarang puno ng pinaghalong sa mga paper cupcake/nilagyan ng grasa at nilagyan ng alikabok ng harina

g) lata ng muffin.

h) Maghurno sa oven sa loob ng 15 minuto o hanggang sa tumaas na mabuti at lumabas ang isang tuhog na malinis

## 96. <u>Chafer Beetle Fritters</u>

## MGA INGREDIENTS:
- 2 itlog, pinalo
- 200 g self-rising na harina
- 1 katamtamang sibuyas, pinong tinadtad
- 1 sibuyas na bawang, durog
- 300 ML ng langis sa pagluluto
- Kurot ng ground black pepper
- 1 kutsarita ng asin
- 300 g chafer beetle buo o may pulbos

## MGA TAGUBILIN:
a) Pakuluan ang buong chafer beetle sa loob ng 10 minuto pagkatapos ay alisan ng tubig. Ulitin ng tatlong beses. Sa huling pagkulo, magdagdag ng asin sa panlasa. Alisan ng tubig.

b) Ilagay ang pinakuluang beetle sa isang mixing bowl. Paghaluin ang sibuyas at 1 kutsarita ng mantika. Malamig.

c) Salain ang harina sa isa pang mangkok ng paghahalo. Magdagdag ng mga itlog, asin, durog na bawang, at itim na paminta. Paghaluin sa isang bumababa na pare-pareho. Magdagdag ng chafer beetle. Takpan at palamigin ng 30 minuto.

d) Init ang natitirang mantika sa isang kawali.

e) Sukatin ang mga nakatambak na kutsara ng pinaghalong at iprito sa bawat panig sa loob ng 3-4 minuto.

f) Ihain kapag mainit.

# MABAHO NA MGA BUGS

## 97. Mabahong Bug Ginger Nuggets

## MGA INGREDIENTS:
- 40 g inihaw at halos dinurog na mga stinkbug
- 200 g harina ng cake
- 2 kutsarita ng baking powder
- 100 g margarin o mantikilya
- 1 kutsarang pulbos ng luya
- 2 itlog, pinalo
- 50-100 ML sariwang gatas
- 80 g ng asukal
- 3 kutsarang mantika para sa pagprito

## MGA TAGUBILIN:
a) Paghiwalayin ang lahat ng mga patay na bug, dahon at mga labi mula sa mga live na bug.
b) Ilagay ang mga live na bug sa isang clay pot at magdagdag ng isang maliit na halaga ng maligamgam na tubig habang hinahalo ang mga bug gamit ang isang kahoy na kutsara (Larawan 12). Ang prosesong ito ay nagsasanhi sa mga bug na maglabas ng alarma o nagtatanggol na mga pheromone upang gawing masarap ang lasa ng mga bug. Ang pag-iingat ay dapat gawin sa yugtong ito upang maiwasan ang direktang pakikipag-ugnay sa mata sa mga balahibo ng alarma pheromones. Ulitin ang prosesong ito ng tatlong beses hanggang sa ganap na patay ang mga bug.
c) Salain ang mga insekto mula sa tubig at tuyo sa apoy sa isang kaldero.
d) Gumamit ng apoy sa itaas ng mga insekto upang alisin ang lahat ng natitirang pabagu-bagong sangkap na inilabas ng mga patay na insekto (Larawan 13). Ang pagbabago ng kulay mula sa berde hanggang sa ginintuang kayumanggi, na

tumatagal ng humigit-kumulang 3 minuto upang bumuo, ay nagpapahiwatig ng pagtatapos ng pagpapatuyo.

**PAGHAHANDA NG DOUGH**

e) Salain ang harina, luya pulbos at baking powder nang magkasama.

f) Magdagdag ng mga durog na nakakain na stinkbug at asukal at haluin upang pagsamahin.

g) I-cream ang margarine/butter at asukal hanggang sa magaan at malambot.

h) Magdagdag ng pinalo na itlog at sariwang gatas sa mga tuyong sangkap at talunin sa malambot na masa na hindi malagkit.

i) Bumuo ng maliliit na bola gamit ang isang kutsara.

j) Ilagay ang mga bola sa isang greased baking sheet at maghurno sa preheated oven sa loob ng 10 minuto sa 180 °C.

k) Bilang kahalili, mag-init ng mantika sa isang deep fat fryer at iprito ang mga nuggets hanggang sa ginintuang kayumanggi.

l) Palamigin ang nuggets at ihain.

## 98. Minty Stinkbug Cookies

## MGA INGREDIENTS:
- 1 tasang asukal
- ½ tasang pinalambot na mantikilya o margarin 1 itlog, pinalo
- 1 kutsarita ng vanilla essence
- 1 kutsarita sariwang durog mint 1 kutsarita baking powder
- 1 kutsarita ng maligamgam na tubig
- ¼ kutsarita ng asin
- 1¼ tasa ng harina ng cake
- ¼ tasang powdered stinkbug

## MGA TAGUBILIN:
a) Painitin ang hurno sa 180°C. Magpahid ng baking sheet.
b) Pagsamahin ang margarine at asukal hanggang sa magaan at malambot.
c) Salain ang harina, asin at stink bug powder nang magkasama.
d) Talunin sa itlog, mint at vanilla essence. Salain ang harina, baking powder at stink bug powder at magdagdag ng kaunti sa sinala na mga tuyong sangkap sa pinaghalong kung ito ay nagsisimulang kumulo.
e) Magdagdag ng maligamgam na tubig sa creamed mixture. Paghaluin ang natitirang pinaghalong harina habang nagdaragdag ng gatas sa malambot na pagkakapare-pareho ng kuwarta.
f) Ilagay ang kuwarta (buong kutsara) sa baking sheet at maghurno ng 10-12 minuto.

## 99. Nakakain na Sstink Bug at Beans

## MGA INGREDIENTS:
- 5 hiniwang lemon wedges
- 250 g nakakain na mabahong bug
- 1 kutsarita ng asin
- 2 kutsarita ng mantika
- 2 kutsarang tubig
- 250g sariwang French beans (Field beans)

## MGA TAGUBILIN:
a) Pakuluan ang nakakain na mabahong bug sa asin at tubig sa loob ng 5 minuto.
b) Magdagdag ng 1 kutsarang mantika kapag sumingaw na ang tubig.
c) Iprito hanggang malutong at golden brown (3 minuto).
d) Hugasan ang French beans sa tubig na tumatakbo.
e) Top at tail beans at hiwain sa 1cm na piraso.
f) Magprito ng beans sa loob ng 3 minuto sa 1 kutsarita ng mantika.
g) Paghaluin ang nakakain na stinkbug at beans.
h) Gumamit ng lemon wedges bilang palamuti.

## 100. Mushroom Salad na May Nakakain na Insekto

## MGA INGREDIENTS:
- 300 g puti at/o kayumanggi na butones na kabute
- 2 kutsarang extra virgin olive oil gamitin ang pinakamahusay na makukuha mo
- 1 kutsarang truffle oil o dagdag na kutsara ng olive oil
- 1 kutsarang sariwang katas ng kalamansi
- 2 kutsarita ng balsamic vinegar
- 2 kutsarita ng Dijon mustard
- Grated zest ng 1 kalamansi
- 2 cloves bawang durog
- 1 kutsarita sariwang giniling na itim na paminta
- ½ tasa ng perehil na pinong diced
- 15 g mga tuyong surot

## MGA TAGUBILIN:
a) Hugasan at tuyo ang mga kabute, at gupitin ang mga tangkay (panatilihin para sa isang stock)

b) Hiwain ang mga mushroom nang napaka-pino. Pinakamainam na gumamit ng mandolin set sa pinakamagandang setting nito.

c) Pagsamahin ang olive oil, truffle oil, lime juice, lime zest, mustard, durog na bawang, balsamic, at paminta.

d) Idagdag ang mga insekto sa mga kabute, ibuhos ang dressing, at ihalo nang malumanay.

e) Hayaang umupo ng 15 hanggang 30 minuto bago ihain.

f) Ibabaw na may ahit na Parmigiano-Reggiano at ihain.

## KONGKLUSYON

Umaasa kami na ang ANG PANGHULI INSEKTO AKLAT NG LUTUINay nagbigay inspirasyon sa iyo na yakapin ang napapanatiling at masarap na mundo ng entomophagy. Sa pamamagitan ng pagsasama ng mga insekto sa iyong diyeta, hindi mo lang pinapalawak ang iyong mga abot-tanaw sa pagluluto ngunit nag-aambag din sa isang mas napapanatiling sistema ng pagkain.

Ang mga insekto ay isang hindi kapani-paniwalang masustansya, environment friendly, at maraming nalalaman na sangkap na maaaring gamitin sa iba't ibang uri ng pagkain. Ang aming cookbook ay may kasamang 100 madaling sundin, mga recipe na nakabatay sa insekto na sinamahan ng mga full-color na litrato ng bawat ulam. Mula sa almusal hanggang sa dessert, ang ANG PANGHULI INSEKTO AKLAT NG LUTUINay mayroong isang bagay para sa bawat pagkain at okasyon.

Hinihikayat ka naming patuloy na tuklasin ang mundo ng entomophagy at isama ang mga insekto sa iyong diyeta sa malikhain at masarap na paraan. Kaya sige, subukan ang ilan sa mga recipe sa cookbook na ito at mapabilib ang iyong pamilya at mga kaibigan sa iyong mga kasanayan sa pagluluto.

Salamat sa pagsama sa amin sa culinary adventure na ito, at umaasa kami na ang ANG PANGHULI INSEKTO AKLAT NG LUTUINay magiging pangunahing pagkain sa iyong kusina sa mga darating na taon!